TRẦN VẤN LỆ

tóc gió bay

NHÀ XUẤT BẢN NHÂN ẢNH
2025

TRẦN VĂN LỆ

TÓC GIÓ BAY

Biên tập & đọc bản thảo: Nguyễn Thiên Nga
Bìa & dàn trang: Lê Nguyễn Minh Quân
Nhân Ảnh xuất bản năm **2025**
ISBN: 979-8-3494-1480-0

Thay Lời Tựa

Mở Cổng Nhà Mời Gió

Có khi trời nóng quá muốn nhìn thấy gió bay... Mà gió không có hình! Thiệt chớ! Làm sao thấy gió bay?

Có khi trời im quá, muốn nhìn thấy gió "thao tác"... Mà gió làm thinh. Tất cả im thinh. Vì gió không có hình. Chỉ có vài con chim ẩn mình trong chòm cây bay ra, bay xa và mất hút!

Tôi ngồi vọc chơi những "con chữ" của tôi. Tôi cho chúng đi "phượt". Tôi thả con chữ lên mặt con suối, tôi nhìn tóc trôi. Có thế chứ! Nước chảy mây trôi. Nước chảy hoa trôi. Nước chảy... tóc ơi, trôi đi!

Năm mươi năm hơn, tôi, con người biến dạng. Tôi yêu đời lạ lùng. Thật lạ lùng! Tôi hoàn toàn "tự do" không lệ thuộc vào tiền lương tháng nào nữa, không cả dặn mình phải nghiêm trang đạo mạo khi đi đường... Tôi hết những nhu cầu được xếp vào "đồ bỏ". Tôi có cuộc đời mới: Thơ! Thơ rất thực tế, thực tiễn, thực dụng và Thơ đẹp vô cùng vì nó thành ảo ảnh! Thơ không Tương Lai dù xa rời, dứt khoát lìa bỏ Quá Khứ. Hiện tại, ngộ ghê nơi: Mây vẫn bay kia kìa...

Tôi nói chuyện với tóc. Tôi "thường trú" trong thế giới mới, tuyệt vời không cần ký ức: Không có bàn chải đánh răng, không kem đánh răng, không có gương soi, không có lược chải đầu, không có khăn lau mặt... Không có nhiều thứ, nhưng "tập kết" những thứ không có đó mình có được cái vĩ đại. Con kiến vĩ đại. Con voi vĩ đại. Dĩ nhiên hay tất yếu, là một: Con Người Rất Vĩ Đại! Tôi tự hào mình anh hùng. Những người chung cảnh ngộ không ai "bức xúc" mà phấn khởi hồ hởi, tự dưng cùng nắm tay nhau "kéo pháo qua đèo". Đèo là thời gian không hề thấy cuốn lịch nào được treo! Không cánh tay nào lủng lẳng cái đồng hồ có hai ba cây kim vẽ cái bánh nhân luân của Phật! Những tiếng cười Ha Ha... rồi Há Há... nhưng lời thư viết về nhà: Má ơi, tụi con vui lắm luôn, ngày nào cũng vui hă, Má ạ... Chữ há viết như tốc ký: hă. Nghĩ dã là vui. Nhìn thì... trớt quớt. kệ nó đi...

*

Thời gian tóc rối lung tung beng... Thơ rối lung tung beng... Tình nghĩa bạn bè, người với người, không rối ren. Chỉ có rệp và muỗi thật là những "đối tượng" khó ưa! Đỉa hay vắt, bị châm một vài lần là phải cảnh giác cao độ. Ngày ngày tóc trong mơ, gió bay theo sườn Trường Sơn đẹp lả lơi kỳ dị... Núi của quê nhà đẹp thiệt! Bước quân hành tôi có để dấu, chắc chẳng còn đâu. Bước lao hành... có cả dấu lưng nhễ nhại mồ hôi. Khô hết rồi, còn chăng là cỏ, hoa, rêu, rong... Khi lòng không bận bịu gì nữa, mỗi người trong vũ trụ thơ là một Đấng Như Lai: *"Ta đến đây, từ đâu, ta không biết! Từ đây ta đi đâu, ta không biết!"*. Tôi Nam Mô A Di Đà Phật, cũng không biết nghĩa... và trao cho mình: một mớ tóc... gió chưa bay! Thế mà thành một thi phẩm, nhỏ nhoi, mờ nhạt... Cười nghe cái mùi hăng hắc của nhựa đường... Gió bay bụi sau chân bầy ngựa. Cái bờm ngựa phất phới. bay cả những tiếng hí, chắc vui chớ không buồn... Xuân Diệu từng tự thú: *"Tôi ngu dại quá, tôi khờ lắm, chỉ biết yêu thôi, chẳng hiểu gì!"*. Ối là là thi nhân... Giống Thanh Tâm Tuyền nha, nói lãng òm: *"Mưa bên kia sông, mưa nửa dòng nước, ta thương cô mình như bước nhớ chân, đừng giận ta em nhé, bao nhiêu xa cách không sợ bằng giận hờn... Đừng bỏ anh em nhé, mưa giời còn thương anh!"*. Bạn có thể thấy những câu này trong thi tập Liên-Mặt-Trời... gì đó, tôi quên, quên gần hết tuổi mình ngày-hôm-qua!

Thơ, làm ra để mà quên! Tôi thật có lỗi với các vị tiền bối, tôi nhớ ít, quên nhiều... Nhưng hai câu này của Trần Huyền Trân sao mà thương quá thương: *"Xa nhau gió ít lạnh nhiều, lửa khuya tàn chậm, mưa chiều đổ nhanh..."*. Cứ đi loanh quanh, cứ đi lòng vòng, tôi viết bài Tựa cho tập thơ mới của tôi, **Tóc Gió Bay** như thể người mộng du... Du Tử Lê có bài thơ rất thắm thiết, đằm đằm, dung dị, lạ kỳ... Du Tử Lê đặt tên cho bài đó, Khúc Thụy Du; tôi hỏi: "Khúc Thụy Du là gì?". Trả lời dứt khoát: "Khúc Thịt Dư". Hà hà! Không khéo mà rơi vào tình huống của Nguyễn Đình Chiểu: *"Trước đèn xem chuyện Tây Minh, giựt mình hai chữ nhơn tình éo le..."*. Chèn đéc ơi... thơ y chang Phá Tam Giang! Phá Hoại! Phá Hủy... nhưng vẫn oai hùng so sánh giữa cái Khí Phách và Phá Phách? Du Tử Lê họ tên thiệt thà là Lê Cự Phách, Đại Úy nhà binh...

Tôi giật mình thật sự: Tập Thơ này của tôi có non một trăm năm mươi bài, công trình của Nguyễn Thiên Nga, cô học trò nho nhỏ, duyên dáng, diễm lệ của Đà Lạt thời tôi chập chững vào đời dạy học, sưu tầm, biên tập để in thành sách - tập thứ XI do Nguyễn Thiên Nga bỏ công sức ra giúp tác giả... Cuốn nào in cũng Đẹp, Mắc quá, Không Bán vì năn nỉ đừng ai mua. Lỡ rồi! Coi như Tóc Gió Bay... Thơ cũng Gió Bay!

*

Vài nhời Cảm Ơn nhỏ nhẹ, xin Nguyễn Thiên Nga nhận, đừng giận hờn. Xin bạn đọc có đọc bài Tựa này cũng mở lòng ra tha thứ tôi, cho một bóng mây bay ngàn phương!

Đa tạ tình người!
Trần Vấn Lệ

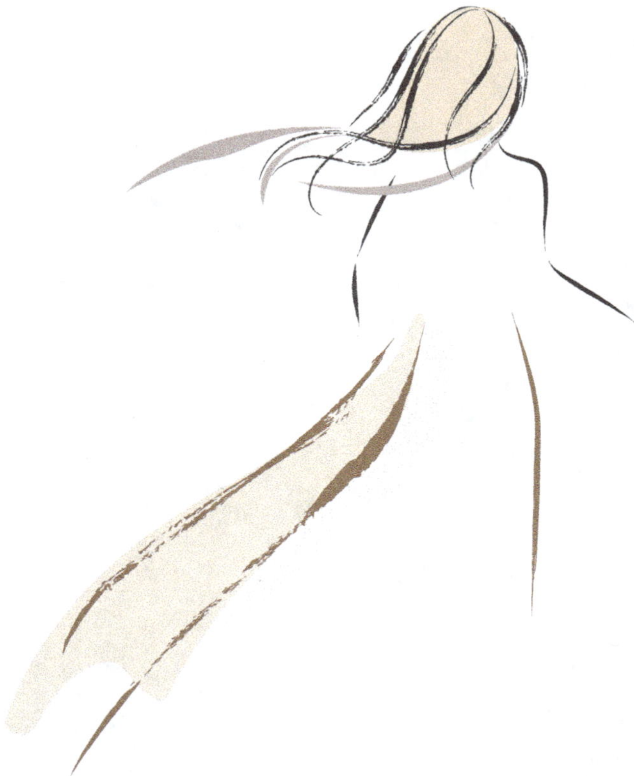

Ký họa: Lê Nguyễn Minh Quân

Ai Khiến Buồn Mênh Mông

Tất cả là kỷ niệm, nhiều khi nhắc cho vui; nhiều khi cũng bùi ngùi... Vì nó là Kỷ Niệm!

Chẳng hạn cái màu tím của nụ hoa bìm bìm giống màu môi của em một sáng trời trở lạnh...

Chẳng hạn cái quần lãnh em mặc đi trong mưa, nước mưa như chực chờ làm cái quần lóng lánh...

Chẳng hạn như cái tính của ai đó kiêu căng, nghĩ nếu là mặt trăng chắc chỉ hiện trên núi...

Mình, ai đầu ai cuối một dòng sông hả em? Dòng sông thật vô duyên: hai đầu, sông chỉ một...

Mà người xa, xa suốt có thể cả ngàn năm! Mà anh muốn đi thăm, em bảo thôi đừng chớ!

Nhiều khi muốn rứt bỏ trái tim mình để quên. Nhiều khi cũng tại em cứ làm cho anh nhớ!

Sông có nhiều cổ độ, người chỉ một bến sông. Nếu em đừng lấy chồng, chim không kêu đầu ngõ...

Nhiều đêm nằm nghe gió, nhớ quá mái tóc thề, một lần gặp đã mê như từ trong tiền kiếp...

Trường Tiền qua không kịp. Người ta ôi người ta. Càng trông theo càng xa áo ai tà phất phới...

Thương quá mà vời vợi. Thương quá mà con sông ai khiến buồn mênh mông ai khiến sầu chới với...

Anh Chào Em Ngày Mới

Sáng Chúa Nhật này không buồn như dự báo,
Trời không mưa chỉ trắng toát mù sương,
Nhà thờ vẫn kéo chuông,
Nhà chùa vẫn boong boong, thường lệ.

Trên mái nhà những con chim sẻ,
Những con chim bồ câu lao xao.
Anh nhớ em, nói nhỏ: anh chào:
"Anh chào em ngày mới..."

Nụ hoa nở, anh nghe hoa cũng nói:
"Xin chào người đẹp nhất xứ Tình Yêu!"
Ngày xưa Kim Trọng không dám hôn Thúy Kiều
Nay anh thấy Thúy Kiều là em, đôi má!

Những tia nắng bình minh đẹp lạ
Xé màn sương, trùm ngón út tay em
Con chim xanh trong chòm lá bay lên
Trời sáng rực và mù sương tan hết...

Ngày xưa Tagore làm thơ cho người đẹp
Bây giờ anh làm thơ vì em dễ thương
Anh làm thơ bởi hai má em hường
Anh nhớ quá đi hoa hồng Đà Lạt!

Anh nhớ quá đi khi nghe em hát:
"Ai lên xứ hoa đào
    đừng quên mang về một cành hoa!"
Hai cây đào Ba trồng trước cửa nhà
Chỉ nở hoa một mùa Xuân
    còn em thì bốn mùa đều nở!

Em nở trong lòng anh nụ nhớ
Bốn mươi năm rồi Trời ạ Việt Nam
Tiếng chuông nhà thờ rụng xuống tan hoang
Tiếng chuông nhà chùa thấy còn là phấn bụi!

Nụ hoa nhớ trong lòng ai biết nói:
"Bài thơ này anh đừng gửi cho ai!"
Anh hôn em hôn từng ngón tay
Anh hôn em từng sợi tóc mai dài, vấn...

Anh Đã Xong Bài Thơ Em Cầm Đi Và Khóc

Chắc là anh đoán đúng, lát nữa mưa em à... Kìa những đám mây qua, kìa những đám mây qua, bay sà sà níu kéo, những chiếc lá vàng héo / còn nũng nịu chưa rơi... kìa những đám bèo trôi / giống quê nhà chi lạ. Con sông chảy vội vã. Gió đuổi theo con thuyền. Anh nhớ nụ cười duyên của em hồi xưa lắm. Bàn tay em ai nắm, trời ơi con đò ngang...

Anh cứ hay quơ quàng, chuyện bây giờ, chuyện cũ. Anh biết không ai rủ mà chuyện cứ nối nhau... tại vì anh chiêm bao / thấy em đang đứng cạnh.

Nhớ hồi Đà Lạt lạnh, em hồi đó... còn em, mỗi lần em nhìn lên / tóc thề rung trong gió. Anh nghe hơi em thở / con sông chưa buồn hiu...

Anh đoán không đoán liều: lát trời mưa em ạ. Phải chi anh là lá / che đầu em lát mưa. Phải chi mình có ô, trong ô mình thủ thỉ... Ôi em em bé tí / ngày xưa ngày xưa ơi... Anh nhớ em nụ cười, trên đò ngang, muốn khóc!

Anh đi con đò dọc, mưa dài trên lưng anh, mưa nhòe áo nhà binh. Lạ ghê, anh còn sống. Mây đang bay, tuyệt vọng, cánh chim trời bay theo. Tại sao anh còn yêu, yêu hoài hình bóng cũ. Phải chi mà em xấu / nói tuyệt tình với anh. Mắt em đừng long lanh... bây giờ trên đất khách! Bao nhiêu năm xa cách, mình gặp nhau, sắp mưa...

Anh đã xong bài thơ, em cầm đi, và, khóc... Anh về con đò dọc / bến cuối đời còn xa... Kìa những đám mây qua, kìa những đám mây qua, trời sắp mưa rồi đó!

Anh Nhớ Đồi Xanh Ngát, Hoa Quỳ Vàng Như Mơ

Mỗi đóa hoa buổi sáng là một đóa mặt trời. Tôi thương nhớ một người, hái hoa tặng người đó. Tôi gửi qua con gió, gió bay qua con sông, gió mang theo con trăng về cuối trời thăm thẳm...

... và tôi càng nhớ lắm, nhiều như mây đang trôi, nhiều như nước đầy vơi biển sông không hề cạn! Tôi nhớ nhiều như nắng, nắng cháy lòng ai chưa? Tôi nhớ nhiều như mưa, mưa Trường Sơn một thuở...

... ôi người muôn năm nhớ, bây giờ mấy muôn năm?

*

Làm thơ là nói thầm. Tôi thầm thì buổi sáng. Em yêu, cứ ngủ nán, chim hót ru em, kìa. *Trong giấc mơ, em về lại bờ sông cũ nhé, mái chèo khua, nước rẽ, tóc em rẽ đường ngôi, anh bảo mây trên trời nâng em lên nhè nhẹ, anh bảo mặt trời hé tia nắng chào đón em...*

...trong nỗi nhớ vô biên, tôi nói như không nói! Em không bao giờ hỏi: "Anh có nhớ em không?". Em ở bên kia sông, xa muôn trùng, ôi Huế! Chuyện đời sau ai kể những-bài-thơ-tình-xưa? Những bài thơ thành mưa dẫu là mưa một giọt. Anh muốn lòng em xót, thương nhớ đền cho anh!

*

Từng đóa hoa long lanh, em ơi mù sương đọng, cái hình đây mà bóng theo gió ngàn phương bay... Anh nhớ em, ngón tay đầy mùi hương Đà Lạt. Anh nhớ đồi xanh ngát, hoa quỳ vàng như mơ...

Áo Dài Ơi Việt Nam

Bầy bồ câu sà xuống mặt đường phố vắng xe, chúng mổ cỏ bên lề, tìm bánh rơi đây đó...

Cảnh thanh bình thật ngộ: chim không giành giật nhau, có con thì đi mau, có con thì đi chậm...

Có con lông màu trắng, có con lông màu đen, cũng có con màu xám; chúng đều là... bồ câu!

Con trống gục gặc đầu, con mái ngơ ngác ngó, rồi đến bên nói nhỏ gì đó... cất cánh bay...

Rồi cả bầy cũng đi, bỏ đây, đường vắng vẻ; chúng bay đâu, chắc ghé một mái ngói, tâm tình?

Tôi chợt nhớ mái Đình, lâu rồi xa cố lý; tôi nhớ bầy chim sẻ quê nhà ríu rít kêu...

Mấy năm gọi là nhiều xa Quê Hương Đất Nước... thanh bình ai có được sống thanh bình hay chưa?

Tự dưng tôi nhớ xưa, xưa là hồi nào vậy? Thời gian, dòng nước chảy, tôi, bọt bèo tới đây?

Tôi nhớ tóc ai bay. Tóc thề trên vai úp. Một thời tôi muốn núp, ở đó, mà tôi xa...

Tôi ngó trời bao la, tôi nhớ dòng sông quá, một ngày, sông êm ả, đò ngang ai qua sông...

Tôi ngó qua cánh đồng... Tôi ngó qua cánh đồng, bầy cò đi nhặt nắng, em áo hồng, áo trắng, áo dài ơi, Việt Nam!

Bài Thơ Chiều Nay

Anh nắm bàn tay em anh hỏi: "Bàn tay có yêu em không?". Anh ngó lên, hai má em hồng. Bàn tay em có mấy sợi gân xanh, cả hai đều đẹp!

Bàn tay em không trả lời câu anh hỏi. Những sợi gân rất nhỏ chảy ra biển xanh. Những sợi tóc mai em mong manh / biến thành mây trên biển...

Bàn tay em mô rồi, mất biến / trong ngực anh khi gió phong phanh. Anh ngó lên, hai con mắt em diễm tình / đẹp chao ôi những bông tuyết vừa bay trên tóc...

Chưa bao giờ anh thấy mình hạnh phúc / như lần đầu anh nắm bàn tay em. Mãi mãi anh thấy hạnh phúc đó tăng lên / chẳng hạn chiều nay anh cầm tay em anh hỏi:

"Bàn tay có yêu em không?", bàn tay em không bối rối . Năm ngón tay em cào bấu ngực anh thôi. Đó là câu trả lời: "Tình Yêu Không Cần Tiếng Nói!".

Bài thơ chiều nay anh làm hình như có vội. Em nhìn kìa nắng xuống, hoàng hôn. Có một vì sao mới mọc đứng dòm: Anh hôn em nhiều hơn chiều bữa trước...

Bài Thơ Cho Em

Em ơi, anh nói, ngước đầu, nghe:
“Năm mới, mùa Xuân mới, nữa, về
Đừng thấy ở đây trời đất đẹp
Mà quên em nhé những bờ tre!”

Những bờ tre dẫu từng xơ xác
Càng nhớ thương về thuở xác xơ
Chịu khổ chịu đau nhiều cái chịu
Quê Hương mình mãi Một Bài Thơ!

Bài thơ, em thấy: con cò trắng
Bay lượn trên đồng lúa mạ xanh!
Em ạ nhiều khi con bướm đỏ
Bên em cũng động tấm lòng anh...

Thời đỏ, thời đen, mình đã vượt
Bờ tre, bụi chuối... không mang theo
Mỗi mùa Xuân ngó ra đầu ngõ
Tưởng tượng như là có ngọn nêu!

Em ngước đầu lên, hãy ngước đầu
Anh hôn em nhé, thật là sâu
Hôn hai hồ mắt em sông biển
Hôn mái tóc còn nét biển dâu...

Thương chớ tóc thề em, tóc thề...
Che vầng trăng mộng những đêm khuya
Bây chừ dù chẳng còn ngang mặt
Anh thấy em còn mắt đỏ hoe!

Thương chớ người yêu trong chiến tranh
Bao nhiêu mơ ước lúc thanh bình
Dẫu chưa có được như mình muốn
Cảm tạ Xuân còn biếc lộc xanh!

Em nhé mình đi đi ra vườn
Anh dìu em bước giữa đường hương
Đường hoa đường mộng đường nhân ái
Đường mấy muôn trùng vẫn Nước Non!

Bài Thơ Cuối Năm

Mùa Đông năm nay hình như tới sớm? Chiều chưa chạng vạng mà lạnh quá chừng!

Mùa Đông mùa Đông! Hàng phong đứng lặng, gió rung hết nắng, gió rụng lá vàng...

Em nói như than: anh ơi em lạnh! Đèn đường lóng lánh mắt em tóc em...

Tóc em màu đen vướng qua môi đỏ. Em, cô bé nhỏ lòng xanh Xuân xưa...

Ngọn cỏ gió đùa, tóc em bay nhẹ, mắt em đầy lệ... Mùa Đông mùa Đông...

Em có biết không? Anh yêu em lắm. Trời chiều hết nắng, em vẫn mặt trời...

Anh đưa tay dời mùa Đông chỗ khác. Em là bát ngát của anh mùa Xuân!

Bài thơ cuối năm, anh làm như thế! Câu nào ý nghĩa, em cầm hôn đi...

Bài Thơ Khi Làm Rồi

Sáng. Mở cửa sổ. Sương tràn vào từng khối vuông. Khép lại cửa sổ buồng, sương tản ra như khói. Em ơi, anh nói: "Anh Nhớ Em".

Bài thơ mới một chữ, làm thêm, Cũng chỉ là chữ "Nhớ". Thế là bài thơ dang dở sao vẫn nhớ tràn đầy? Anh chúc em hôm nay, không ngoài một chữ "Đẹp".

Bài thơ không chấm hết dù một chữ, ngộ ghê. Tại em đó thôi hà, anh nhớ em biết mấy! Hỡi những dòng sông chảy chắc không bao giờ ngừng, bởi trái đất chưa nổ tung và khi trái tim anh còn đập? Anh nhớ em cùng khắp từng sợi tóc trên đầu, từng chút màu sương khói...

Anh nói, anh đang nói bên tai em phải không? Thương quá má em hồng. Thương hoa đào Đà Lạt. Hoa quỳ vàng tháng Chạp ôi áo dài em bay... Chúng mình đang đâu đây, đầu non hay cuối biển?

Bao giờ chim én liệng trên thành phố ngày xưa? Một thành phố như mơ buổi mai sương trắng phủ. Anh đi luồn trong rú, anh đi tìm trái sim, đói lòng ăn nửa em, đói lòng anh ăn hết...Và, rồi, thì, anh chết: Một Người Lính Vô Danh!

Hồi đó, anh tóc xanh, bây giờ, anh, tóc bạc, anh, nhớ quá, Đà Lạt, anh nhớ quá, em, ơi! Bài thơ anh làm rồi... cũng chỉ một chữ Nhớ!

Bài Thơ Này Chừng Đó

Nắng không hồng như mọi bữa, buồn ghê
Tôi nói bâng quơ chợt ai nói Thu về...
Nói rồi đi, không ngó lại làm chi
Tôi nhặt nắng không thấy tóc người ta rớt
Một chút buồn dẫu là hời hợt
Tôi làm sao? Thương nhớ cố nhân chăng?

Nắng hồi nao vàng mướt Hương Giang
Con đò ngang mang mùa Thu đi mất!
Tôi nhớ nắng Hạ hồng như mật
Tôi nhớ ai cái mặt dễ thương
Gọi tên người ta là Út, tôi buồn
Một chút út mà tôi không có được!
Thật uổng công tôi đi mua lược
Tóc người ta đâu nữa để mân mê?
Nhiều đêm dài tôi thức tới khuya
Nghĩ tóc người thương chừ chắc dài muôn dặm!

Út của anh ơi, anh yêu Út lắm
Yêu trộm nhớ thầm mới đúng nghĩa tương tư!
Hồi đêm qua tôi thấy trăng mờ...
Thì sáng nay nắng úa vàng cũng phải!
Trời ngộ nhỉ sinh làm chi con gái?
Bài thơ này, chừng đó gửi Đơn Dương!

Bởi Tóc Em Thơm Lừng Gió

Buổi sáng. Em ngồi chải tóc. Sợi nào rơi xuống bàn tay? Sợi nào gió bay ra cửa?

Em! Hãy nhìn kìa! Hoa nở. Em cười trong tấm gương, kia! Hoa và em, đó, anh mê, một đời làm thơ không mệt.

Tại sao em hay nói Ghét khi cầm thơ anh lên hôn? Tại sao em không nói Thương khi thấy mây vờn trước ngõ?

Có một bình minh thế đó, cỏ hoa tất cả trở mình, cỏ hoa biết nói em xinh, anh đâu làm thơ chi nữa!

Bởi tóc em thơm lừng gió. Em ơi có biết gì không? Anh ôm trọn mặt trời hồng đặt lên má em và ngắm.

Chữ Tình viết bằng mực đậm, ngàn năm ngàn năm không phai! Ô kìa tôi nói với ai hỡi người chải đầu buổi sáng?

Mở đầu dòng thơ lãng mạn tôi làm còng chạy ra khơi. Một mai nhắc thầm một sáng, yêu ai đến cuối cuộc đời...

Buổi Mai Và Bầy Quạ

Bầy quạ tới từ sáng. Không gì cho chúng ăn. Chúng đậu như đậu nán. Rồi chúng bay. Xa. Xăm.

Bầy quạ mang tối tăm, đến đây từ buổi sáng. Mặt trời thức dậy muộn. Tôi ngâm câu thơ. Suông.

Nhớ Hàn Mạc Tử buồn cũng thường ngâm thơ sảng. Hàn Mạc Tử nói Gẵng. *Nằm Gẵng Cũng Không Thành Mộng Được, Ngâm Tràn Cho Đỡ... Chút Buồn Thôi!*

Mây trắng trôi trôi trôi. Núi tiếp đồi sương phủ. Tôi cắn từng hạt đậu, thấy lòng mình vỡ. Đôi.

*

Ôi em cũng xa xôi. Chân trời và góc biển. Còn kia mây lưu luyến. Còn kia xanh lá. Me!

Tôi nhớ những ngày xưa. Sài Gòn yên ả sáng. Bao nhiêu cuộc Cách Mạng vẫn xanh xao đường. Xa.

Và hồi đó chúng ta nhìn nhau như người lạ. Tóc thề em che má, má hồng ơi, tuổi. Thơ!

Tại sao em bây giờ nở chi nụ cười gượng? Lẽ nào mình đã lớn gặp giữa đời, ngã. Ba!

Giữa đời gặp rồi xa. Mái tóc em nhè nhẹ gió như bàn tay ghé vuốt một trời mênh. Mông...

Buổi Sáng Tháng Năm

Nắng lên từ lúc năm giờ. Tháng Năm đêm ngắn, giấc chưa mãn lòng, nhưng mà đã thấy phương Đông, thấy mặt trời mọc, thấy sông núi cười... Thấy Quê Hương, thấy lại thời mình đi mở cửa nhìn trời tháng Năm! Thương sao là chỗ Ngoại nằm cây bông điệp sáng trổ bông đỏ vàng... Một bầy bươm bướm lang thang tung đôi cánh lụa tình chan chứa tình!

Tháng Năm, ôi tháng Năm mình, tháng Năm đất khách, thấy hình như nhau. Đường xanh cỏ biếc hoa chào, con sông nước xuống, núi cao lối mòn... Mặt trời không phấn không son, phải chi ôm được mình hôn suốt ngày...

Sáng nay tôi gỡ chút mây choàng lên tóc của ai ngày hôm qua. Nhìn ai tôi tưởng nhìn hoa, thoảng hương nhụy thuở quê nhà, thơm ơi! Tháng Năm, tháng của đất trời, của tôi, em nữa, nụ cười rất duyên!

Cảm Ơn Gió Trời Làm Tóc Em Bay

Một bài thơ hay, chỉ vài câu hay
Một người con gái đẹp, đẹp từ bàn chân tới bàn tay
Trời sẽ thế nào nếu trời quang tạnh?
Trăng sẽ thế nào nếu trăng không có mây?

Từ một bài thơ tôi nghĩ đến người con gái
Từ người con gái tôi ngó lên bầu trời
Hôm nay có nhiều mây trôi chắc chắn là ngày sẽ mát?
Đêm nay thế nào Đà Lạt tôi ơi...

Hồi nào mình đi lên đồi gió lộng
Mùa Xuân hoa đào gợn sóng ngàn thông
Ngàn thông xanh biếc tóc em xanh mướt
Đêm rót trăng vàng lạnh lắm con sông...

Em đi lấy chồng rừng thông ở lại
Dấu gót chân hồng hoa quỳ phủ che
Anh làm nhiều thơ nhốt thời con gái
Của em tóc thề dài suốt cơn mê...

Những bài thơ anh vài câu đi lạc
Vào mắt nhiều người không phải là em
Anh nhớ chân em, em à nhớ lắm
Anh nhớ tay em, ngón út anh thèm...

Có ngày không mây, anh ngồi nhắm mắt
Lắng nghe tiếng rừng súng vọng xa xa
Năm tháng đi qua, đời không trở ngược
Nhớ quá đồi hoa những bước chân ngà!

Câu đó không hay
Xin em đừng đọc...
Cảm ơn gió trời
Làm tóc em bay...

Cảm Tạ Em Yêu Cảm Tạ Trời

Hồi nãy soi gương em chải tóc
Nhìn vào chiếu hậu, mặt em nhăn:
"Tóc, ôi dài quá! Mai đi cắt"
Em nói mà quên lạnh sống lưng...

Em chải đầu xong em dắt xe
"Em đi đây chút, lát em về"
Em, đầu giờ chụp nồi-cơm-điện
Mái tóc đâu rồi? Cái nón che?

Em đi một chút, chút mà lâu
Anh đứng nhìn theo, áo muốn nhàu:
Tay cứ cuộn vo bâu áo mãi
"Em mà cắt tóc, mặt em sao?"

Mặt em thì vẫn không thay đổi
Chỉ tóc, còn chi sợi vắn, dài?
Anh ngó bàn tay, tay bất động
Từ nay thôi vuốt tóc em bay?

Em đi một chút...chút trời ơi
"Không khéo em trong tiệm tóc rồi?
Em nói mai mà! Mai mới cắt
Lời em, hồi nãy, mới đây thôi!"

Tôi nói thầm như nói với em
Với dăm bóng nắng trải trên thềm
Với tôi, nghèn nghẹn làm sao đó
Máu cũng như chừng nghẹn trái tim...

Đừng nhé, nghe em! Đừng cắt tóc
Giận hờn anh chớ vội đi tu
Tóc dù dài, vẫn còn so được
Gần với xa còn thương nhớ nhau...

Em đi một chút, em về rồi!
Cảm tạ em yêu! Cảm tạ Trời
Em gỡ nón ra: đầu tóc xõa
Sợi dài, sợi vắn của tôi ơi...

Cảm tạ em yêu, em chửa cắt
Tóc xinh như mộng của anh mơ...
Trái tim anh đập đang đều lại
Và mắt em đầy một biển Thơ...

Cánh Nắng

Trời sắp đi vào mùa Hạ. Những cơn mưa đã đi xa. Những ngày nắng càng xanh lá. Những con đường em hỡi là hoa...

Và em, em là tất cả để anh yêu quý vô cùng. Không có câu nào thay thế, vì anh, anh chỉ một lòng!

Tại sao mình không biển lớn để nhìn trời đất bao la? Tại sao mình không sa mạc, nhìn bầy cò trắng bay qua?

Mỗi ngày một câu tình nghĩa. Nghĩ trái tim là ngôi nhà, chúng mình xếp đầy sách vở / chép tình chép nghĩa chúng ta!

Em nhỉ có bao giờ mệt / ngả lưng anh chải tóc huyền / kể em nghe hoài cổ tích / nhìn em một nụ cười duyên!

Trời sắp đi vào mùa Hạ, mình đi tới cõi Bồng Lai. Nếu bước chân ngà em mỏi, anh bồng em và mình bay...

Câu Thơ Không Viết Thêm

Hôm qua có mưa, chắc Trời đi vắng mang theo cái nắng hèn chi có mưa?

Câu đó... cũng thơ, anh chờ em nói, em khen anh giỏi... cho hôm nay vui!

Em không thèm cười. Em không ý kiến. Con bươm bướm liệng qua cành hoa. Im.

Câu thơ, không thêm. Mở đầu, không kết. Không có gì hết, coi như vậy đi...

Sáng, chẳng làm gì, anh ngồi vọc chữ, mưa không còn nữa... là nắng hôm nay!

Nắng không gió bay, tóc em thơm ngát, nhớ ơi Đà Lạt... ngày xưa em hiền.

Ngày xưa cái duyên là mưa là nắng, khi em im lặng, anh chọc em cười...

Bây giờ đổi đời, vai ai cũng nặng, trời mưa hay nắng, đời cứ như như...

Thôi, anh đi tu, em ngồi ngó nắng. Ở nhau chẳng đặng, thôi anh đi tu!

Chào Buổi Sáng

Ôi mùa Hè mùa Hè! Mặt trời dậy rất sớm. Bốn giờ sáng loáng thoáng hoa bình minh đó đây. Và trong những chòm cây, chim ríu ra ríu rít. Em mở hai con mắt nở nụ cười thật xinh. Em là hoa anh nhìn với trọn lòng đắm đuối. Em là dòng sông cuối chảy về đầu núi non. Em cũng là Quê Hương cho anh thương mãi mãi...Anh như đang trở lại mùa Xuân ngày hôm qua, mùa Xuân nào thật xa mình còn trên Đà Lạt luôn luôn trời thơm ngát từ có em trên đời...

Ba Mạ chắc bật cười chợt nghe lời anh nói? Ba Mạ đều có tội sinh ra em làm chi? "Tóc thề gió lê thê...", em à câu hát cũ mới hoài trong thơ anh – những bài thơ màu xanh, màu của sông của biển, màu bầu trời én liệng, màu mùa Xuân cỏ non...

Đi qua đồng cỏ non sáng mùa Xuân nào đó...Hỡi mùa Hè hãy gió trả cho tôi mùa Xuân! Hỡi những người Việt Nam vì ngàn năm văn hiến hãy để lòng hiển hiện tình yêu người với người...

Anh hôn em miệng cười. Ngày mỗi ngày Hy Vọng. Mặt trời đang nghe ngóng, nói đi em... Morning!

Chẻ Tóc

Người ta chẻ tóc làm tư
Tôi chẻ làm tám, em cười... tôi điên!
Người ta chẻ tóc làm duyên
Tôi chẻ tóc ngắm đồng tiền má ai...

Sợi tóc... sợi tóc em dài
Chẻ làm mấy cũng thấy hoài nhớ thương!
Tóc em, tơ nhện trong vườn
Đêm qua còn dính hạt sương vô tình!

Tôi ngồi chẻ tóc, làm thinh
Em đứng sau cửa, em rình coi sao...
Sợi tóc, biết chẻ thế nào
Để em muôn giọt lệ trào như mưa?

Chúng ta xa bến, xa bờ
Sợi tóc – tơ nhện, không ngờ mây vương!
Thấy gì rồi cũng Quê Hương
Đời xa muôn dặm, một đường ngả ba!

Khói lam chiều quyện mái nhà
Sợi tóc mỏng mảnh bỗng là trăm năm!

Chỉ Có Gió Bay Qua

Anh nhớ em từng phút
Anh nhớ em từng giây
Nhớ đến khô nước mắt
Nhớ đến nỗi... hai tay
Không biết đâu rờ, nắm
Là biết mình nhớ lắm
Từng sợi tóc gió bay...

Em à từng phút giây
Rồi cũng thành ngày tháng
Anh nhớ em buổi sáng
Anh nhớ em buổi chiều
Một góc trọ buồn hiu
Một đời người cô tịch
Chỉ có buồn nhúc nhích
Chỉ có gió bay qua...

Anh nhớ em đậm đà
Anh nhớ em đậm đà
Anh nhớ em đậm đà
Lá trong vườn xanh biếc
Con bướm xanh ngờ nghệch
Đi tìm nụ hoa vàng
Mùa Xuân vừa mới sang
Đi ngang và đi mất...

Anh nhớ em thành thật
Anh nhớ em vô cùng
Bài thơ bay qua sông
Em đâu buồn nhặt nhỉ
Em lấy chồng mười bảy
Con trăng khuyết vì em
Anh nhớ em từng đêm
Dù trăng tròn hay khuyết...

Em, nếu em mà biết anh nhớ em nghẹn ngào; có không một đời sau trước em anh quỳ gối ôm hoa quỳ anh hỏi em có thấy gì không... Lúc đó má em hồng, lúc đó mắt em chớp... và rồi mình chết ngợp trong tình yêu tình yêu...

Chiếc Áo Dài Quá Khứ

Một hôm tôi được gặp người con gái thật xinh mặc áo dài thiên thanh màu da trời thật đẹp...

Tôi đứng nhìn tha thiết: mình có gặp đâu rồi...Hình như thuở vào đời...Hình như hồi Đà Lạt...

Không phải ở Trại Mát mà chắc chắn Dran khi xe lửa đi ngang cái thị trấn rừng rú...

Quả thật tình hồi đó không ai đẹp hơn nàng. Xe lửa chạy thoáng ngang, tấm lòng tôi ở lại...

Tôi nhớ rồi, người ấy, tôi gặp lại hôm nay trong hoàn cảnh đổi thay nước non này viễn xứ...

Nàng, vẫn hình bóng cũ, vẫn áo dài màu xanh, vẫn áo dài thiên thanh trong dáng người Đà Lạt...

Có thể chừ tôi khác, còn nàng không đổi thay, vẫn suối tóc như mây vẫn dáng người tha thướt...

Tôi không nói gì được chỉ đứng nhìn nàng đi...
Như xe lửa bẻ ghi, tôi ngược về quá khứ...

Chiều nhẹ hiu hiu gió, áo dài nàng nhẹ bay không
xa khỏi tầm tay nên gần như cố quận!

Dĩ nhiên tôi chỉ ngắm theo nàng gần rồi xa. Trời
Dran bao la, núi đồi như thấp thoáng...

Tôi ước mình lãng mạn đuổi theo gót chân nàng.
Ước chi có hoa vàng rải theo chân nàng bước...

Người Lính lìa Đất Nước chừ còn thấy ngẩn ngơ.
Ôi người hay giấc mơ ôi người hay giấc mơ...

Chiều Nay

Chiều nay em về, ngọn gió mùa Hè có làm em mệt? Tóc em bay hết hay còn cho anh? Chiều nay xe nhanh hay là xe chậm, mồ hôi lấm tấm ai thấm cho em?

Chiều nay rồi đêm, em mền chắc xếp, cái quạt quay miết hay là ngập ngừng? Khuya không có mùng, nhớ không con muỗi? Hồi xưa em đuổi mà quên đuổi anh cho nên cuối ghềnh vẫn chưa tới biển.

Em ơi lưu luyến làm sao mình xa? Em ơi nụ hoa vì em mà nở. Mùa Xuân anh nhớ mỗi một mình em. Mùa Hạ anh quen mỗi em hồi đó. Mùa Thu đồi cỏ chưa mờ dấu chân! Mùa Đông bao dung, cảm ơn Má lắm, bảo em đi chậm cho anh được nhìn, thấy em thật xinh, xinh hơn từng bữa...

Em làm anh nhớ mỗi em suốt đời. Anh làm em cười nói anh ngộ thiệt! Nắng Hè xanh biếc, chiều nay em về, gió thổi tóc thề... Em biết anh mê em từ giọng nói, cả khi em hỏi êm ru tình ca.

Chiều nay anh ra ngã ba anh đợi. Em chưa về tới. Gió Hè chới với thổi bay hồn anh...

Chiều Ơi Của Lệ

Chiều không ai hứa câu hò hẹn, mình vẫn chờ mong để nhớ nhung!

Mình vẫn làm sao...mình chẳng biết, khi không thương nhớ nói khôn cùng!

Khi không mà ngó mây vừa tụ, rồi cũng khi không buồn thật buồn.

Mây tụ mây tan, trời đất khiến. Buồn không ai khiến, tại sao vương?

Tại sao nhớ tóc ai dài, ngắn, nhớ áo ai màu phai nắng mưa...

Nhớ đến nỗi nào sa nước mắt, ơi em như thế tự bao giờ?

Ơi em chiều tự nhiên buồn quá. Em có se lòng san sớt không?

Em dẫu lắc đầu hay ngoảnh mặt, thời gian thêm bớt dễ gì đong!

Chiều không chi cả. Chiều êm ả. Ta bỗng chao lòng sông biển xa...

Ta nghĩ Sài Gòn mưa loáng thoáng, đường xanh me rụng lá hay hoa?

Đường xanh em hỡi hàng dây điện, anh muốn về hong gió áo sương...

Anh muốn về nhìn em cái bóng tím hoài con mắt buổi hoàng hôn...

Chiều Tím

Hôm nay anh không đợi / em tan sở ra về. Anh không bận chuyện gì, nhưng hôm nay không đợi.

Có thể mưa sắp tới. Có thể em lạnh run. Vẫn chưa là mùa Xuân. Em vẫn chưa thấy Mỹ!

Buồn ơi hai Thế Kỷ, chỉ một buổi chiều sao? Mình không thể gặp nhau, cái chào như mây nổi!

Chữ Tình đi với Tội. Chúng ta tội-làm-người. Chúa nói như vậy rồi. Mong một ngày cát bụi!

Em về ngang bụi chuối thấy chăng màu Quê Hương? Nhớ chăng Ngoại dễ thương, dễ thường bên em đó!

Em về chiều nay gió. Gió bay tóc em hoài. Anh cứ đứng bên ngoài / cuộc đời em lạnh lẽo.

Anh là chiếc lá héo / rớt dưới chân em, kìa. Em ơi lúc em về, anh ở đâu nói vậy?

*

Hôm nay không Thứ Bảy / mà như ngày cuối tuần. Anh là bóng phù vân / lưng lưng rồi tản lạc.

Em đừng đưa tay bắt, kệ nó buổi hoàng hôn. Màu tím có mơn mơn. Anh hôn tay em nhé!

Tranh: Phibi Duong

Cho Anh Về Anh Đỡ Mái Tóc Thề Em Nha

Chưa Tết, Đà Lạt, hoa / nở, tàn... như qua Tết!
Nước non mình lạ thiệt, chuyện gì cũng như mơ!

Nhà Nước nói nắng mưa / nên mới ra nông nổi!
Nhà Nước mà đừng nói, dân chẳng biết nói gì...

Hoa Tết như Xuân Thì. Xuân Thì, trời cũng lỡ. Đời
hoa còn dang dở, đời người chấm dấu than!

Ôi cái bước thời gian / đi theo người từng bước...
người lo nhìn phía trước, Tết bỏ trốn phía sau...

Thời gian không đi mau. Thời gian không đi
chậm... chỉ vì đường chấm chấm... chỉ vì đời ngẩn
ngơ!

Nhìn báo in hình hoa / Đà Lạt... rơi nước mắt. Hoa
vàng như áo Phật, cỡi bỏ đó, mây bay...

Hoa tím thì ngất ngây / rã rời cây Thánh Giá... Tháp
Nhà Thờ cao quá, con gà gáy mù sương!

Ôi Đà Lạt dễ thương / Xuân không cần ngày tháng;
nhưng sống ai lãng mạn / ngày nào cũng Tết đâu?

Nước chảy chảy qua cầu / rồi chảy ra dòng suối /
thác Cam Ly đen ối... xác hoa, người ta quăng...

Coi như không có Xuân! Đà Lạt không có Xuân!

Ai kìa ai bâng khuâng... nhìn nhau mà dửng dưng...
mắt rưng rưng rưng rưng... gió ngừng. Ôi tóc nhớ...

Cho anh về anh đỡ mái tóc thề em nha!

Chuyện Về Hai Bàn Tay

Anh hỏi em: Bàn tay em để đâu? Em đáp rằng em để trên đầu! Anh nói: Anh hôn em từng sợi tóc. Em cười qua điện thoại: Còn lâu!

Dĩ nhiên anh cầm bàn tay em, cầm trong mơ thôi, cầm suốt đời, anh muốn để đâu thì để đó. Chắc chắn một điều: anh không để trong bụi cỏ, anh không thích con dế mèn nó cắn tay em!

Cũng ngộ thiệt ngày đầu hai đứa làm quen, anh bắt tay em như bắt tay người bạn. Em nhìn anh hai con mắt sáng, em muốn rút bàn tay về mà thôi mà thôi!

Những lần sau hai đứa mình đi chơi, hai bàn tay em em cứ giấu biệt, anh hỏi em hai bàn tay em đâu, em nói em không biết, anh bèn cầm hôn hai ống tay áo em...

Từ đó về sau em không mặc áo laine, chiếc áo em đan ở Đà Lạt em đem cất kỹ, em mặc áo ngự hàn em mua ở Mỹ, trời lạnh hai tay em ôm đầu...

Anh hôn em trên mái tóc thật lâu, từng sợi tóc em anh hôn hoài không hết, em cười thật xinh mà cũng thật dễ ghét. Hai bàn tay em để đúng chỗ em cười...

Hai đứa mình nói chuyện với nhau khi xa xôi, em cho anh biết em vẫn để tay-em-chỗ-đó. Và, anh hôn em qua gió. Mây trên trời anh tưởng tóc em bay...

Có Hai Hàng Chữ Nghiêng Nằm Nghiêng Người Bật Khóc

Hôm nay không có nắng, có mưa, vài ba giọt, có thể không nhiều hơn. Trời có vẻ giận hờn. Gió thỉnh thoảng mới thổi, lạnh vừa đủ để run...

Em à, anh muốn hôn hai bàn tay em quá, rồi anh để chiếc lá trên tay em, cho em thấy đường gân... Em thấy mình không gần. Mà xa. Càng thương nhớ...

Mà nhớ thương lắm đó: Em đẹp nhất trần gian! Nhất cả nước Việt Nam... Quê Hương vào mùa bão. Gió thổi tung em tà áo như ngày xưa, cô bé tan trường về, nhà xa, mưa đếm bước...

Anh cũng nhớ con dốc, em xuống từng bậc thềm. Em, bàn chân thật êm, hoa sen nở sau gót...Dốc Nhà Bò rét ngọt, đàn bò ăn cỏ non... Bò của đấng Quân Vương. Vua Bảo Đại. Đà Lạt... còn một chút Hoàng Triều, còn rất nhiều, rất nhiều giang sơn, Nam và Bắc... Vua chắc lau nước mắt? Thấm. Ướt mèm đất đen. Mưa phùn bay mông mênh. Đà Lạt buồn phơn phớt...

*

Hôm nay... giờ em tan học. Từng trang cổ tích thơm. Hoa quỳ nụ đơm đơm chào em vàng ngõ quạnh.

Thơ anh vàng óng ánh tóc em vàng như trăng... Một ý thơ bay ngang. Một tứ thơ nằm dọc. Suối róc rách con dốc chắc chảy về Bồng Lai? Anh hít thở bờ vai của em thơm mùi tóc...

Anh biết em có khóc. Quê Hương mình buồn buồn. Nó buồn như đại dương. Bốn phương. Hai Thế Kỷ!

Có Một Mùa Xuân Hóa Sợi Mưa

Ôi nắng mùa Xuân nắng ngọt ngào, mưa mùa Đông đã tạnh khô sao? Em cười hỏi nhỏ câu con nít, tôi cúi đầu hôn cặp má đào...

Ôi nắng mùa Xuân nắng rất thơm, đào Xuân trước ngõ gió tung hương, tóc em trước gió tung bờm ngựa...và tự lòng tôi tung mến thương!

Tất cả thế gian tu đã ngộ, đến kìa ngọn cỏ cũng đang reo. Mùa Xuân lộc mới, trời phơi phới, tất cả tủi buồn hóa mến yêu!

Hai con bồ câu đứng khít nhau, con nào con trống, nói đi mau! Con nào con mái, nhìn cho kỷ! Em, dễ thương chưa, đứng cúi đầu...

Em không phân biệt âm và dương. Em đang tựa cửa một Thiên Đường. Cảm ơn Trời Đất mùa Xuân mới, bát ngát thơm lừng mặt đại dương...

Em hãy nói đi, câu gì cũng / là thơ...Hơi thở cũng là thơ! Ôi em sợi tóc em hồi nhỏ, có một mùa Xuân hóa sợi mưa...

Là sợi tơ vàng giăng Bảo Lộc / nơi Xuân vàng óng nia tơ tầm... Quê Hương một thoáng mà xinh quá, em đẹp vô cùng như bóng trăng...

Ôi em mùa Xuân mùa Xuân hồng, chút buồn còn vướng cuối con sông – con sông này chẳng xuôi ngang Huế / mà chảy mô ngày em lấy chồng!

Em hồi mười bảy Xuân mười bảy. Em trăm tuổi trời Xuân... Thiên Thu! Anh nghiêng đầu xuống hôn làn gió... là biết bây giờ em ở đâu!

Hôm nay mùa Xuân, mai mùa Xuân. Ngày kia, ngày mốt, Xuân mênh mông... Anh nâng bút vẽ câu mừng Tết: Anh mừng em, Xuân, mãi mãi Xuân!

Có Một Thời Tha Thiết Mình Yêu Nhau Thiết Tha

Chắc rồi cũng có ngày / em than: đau lưng quá! Tại anh không lót lá... mà anh lót toàn thơ / để trong những giấc mơ / em thấy anh bên cạnh / khi em cảm thấy lạnh / anh kéo mền cho em...

Chúng mình giống như chim / em nhỉ, loài chim én / bay thì bay kề cạnh / nằm thì nằm bên nhau, không con nào bay mau / vì thời gian xếp đặt / bay lạc nhau là mất / không lạc nhau... thì về!

Em không còn tuổi bé / em đã hết khóc nhè / nhưng mỗi lần nằm đè / lên thơ là em nhột! Anh yêu em kiếp trước, anh yêu em bây giờ, anh yêu em mãi mãi, thơ anh làm phơi trải / lót lưng cho em mà...

Nếu hết thơ, còn hoa, anh hái cho em ngắm, khi em rời tay nắm, anh lấy hoa thế thơ... Nhiều khi anh nằm mơ / thấy nhà mình trên núi / em, anh men bờ suối / hoa quỳ nở chờ em. Những thời ở Dran / chúng mình từng như vậy / bên dòng suối nước chảy / tóc em thành dòng thơ...

... và, với những bài thơ / anh làm gì em biết! Xa anh, em sẽ tiếc "đâu thời thơ dưới lưng!"...

Con Bướm Vừa Bay Đến Nụ Hồng

Em nghe lời anh, anh rất mừng, bệnh gì rồi cũng sẽ thành không nếu em cứ nhớ lời anh nói: con bướm vừa bay đến nụ hồng...

Tưởng tượng nếu hoa không có bướm, khu vườn buồn bã biết bao nhiêu! Nếu em không có anh thăm hỏi, cây trụ đèn kia gió cũng xiêu...

Em nghe lời anh, em uống thuốc. Em bưng ly sữa thấy anh liền. Đừng ăn rau nhé khi em bệnh; ăn cháo, anh cầm muỗng đút em...

Ráng nhé, nghe em, mấy bữa thôi! Bệnh coi như tại nắng mưa trời. Vắng anh thì tại trời dông bão, bệnh khiến người ta giận...mất vui!

Anh nói, em cười một chút đi! Anh không hôn miệng mà hôn mi. Anh hôn, em nhắm hai con mắt, cái miệng em cười duyên dáng ghê...

Em bệnh mấy ngày, em ủ dột. Em lo không bằng anh lo đâu! Dĩ nhiên ai cũng đôi lần bệnh, đừng nặng bây giờ, để kiếp sau...

Kiếp sau, hai đứa mình mây khói, không có vi trùng trong khói mây, chỉ có tình yêu mây khói quyện...như bây giờ tóc em trên vai!

Em tóc buông vai tóc hững hờ. Hồi em con gái tóc là thơ. Ngàn năm em vẫn là con gái, anh dẫn em về một bến mơ...

Con Chim Vừa Gọi Tiếng Buồn Trong Mây

Không có chuyện gì để kể nhau nghe, mình hỏi thăm nhau trời mưa hay nắng...Em trả lời anh bên ni trời lạnh, mưa hoài mưa hoài buồn lắm, thưa anh...Anh nói bên anh thì trời nắng hanh, lá còn xanh mướt, mùa Thu còn xa.....

Mỗi ngày trôi qua, từng ngày han hỏi, trời cao vòi vọi, núi cách sông ngăn! Không gian mông mênh, thời gian theo lịch, sống thời đất Trích, buồn nhiều hơn vui...Nơi em mưa hoài, nơi anh nắng mãi, hỏi đi hỏi lại, cũng chuyện nắng mưa!

Tưởng tượng lòng ô, tóc em mưa tạt...
Tưởng tượng gió mát về đây bỗng dưng...

Em ơi mình từng nắng mưa trăn trở, bây giờ bỡ ngỡ bên nắng bên mưa! Mưa từng câu thơ anh gửi em đọc. Anh biết em khóc nên mưa hai lần...Có phải thế không, nắng ơi hỡi nắng?

Trời anh xế lặng, mái ngói đỏ ngời...Ôi miệng em cười mà chừ trong nắng, mình không xa lắm, phải không em yêu? Anh hỏi tới chiều, chiều xa thẳm thẳm. Em bàn tay nắm giọt mưa vung đi... Mình biết nói gì lẽ nào không nói? Con chim vừa gọi tiếng buồn trong mây...

Cuối Ngày Valentine

Ngày của Tình Yêu qua mau. Ôm chặt, thời gian vẫn mất. May ghê còn hương tóc mật! May ghê còn bờ vai thon...

Thời gian giống như đại dương chập chờn những hòn đảo nhỏ, anh dìu em đi trong gió, gió đùa tà áo ngày xưa...

Đại dương không bến không bờ, Tình Yêu cũng không bờ bến. Nơi nào con người đã đến... Tình Yêu vẫn là đại dương!

Vẫn là suối tóc thơm hương, vẫn là bờ vai muốn cắn. Thời gian là mưa là nắng, mất còn một thoáng mà thôi!

Cứ cho thời gian mất rồi. Ngày Lễ Tình Yêu quá ít, dẫu là đêm nay tối mịt, ngọn đèn là Trái Tim em!

Người yêu tôi ngước mặt lên, tóc thơm, thơm lừng gió Tết. Đường xa em ơi có mệt, chân ngà cứ tựa vào anh...

Cuối Trời Những Đám Mây

Tôi muốn hôn gì đó. Đâu? Bàn tay em đâu? Tôi đang hôn hoa nở. Đâu? Bờ môi em yêu...

Tôi muốn hôn ngọn gió. Ôi tóc xanh người xưa. Tôi muốn hôn giọt mưa. Em à sao em khóc?

Những ngày xưa hạnh phúc / tắm mưa khi tan trường. Những ngày xưa dễ thương / nép mình bên áo Ngoại...

Quê Hương ơi chiều khói / khói xanh mờ chân mây. Em ơi em bàn tay / giấu đâu cho anh nhớ?

Tôi muốn hôn bia mộ / Má ơi con về chưa? Tôi muốn hôn ruộng dưa / Ba trên bờ đuổi quạ...

Tôi muốn hôn... xa quá / cuối trời... những đám mây. Tôi muốn chết ở đây / cho hồn tôi ở lại... Mãi mãi và mãi mãi...

Mãi mãi đời bơ vơ... mãi mãi chiều rất thơ... Em à anh thế đó / đuổi bay đi giùm gió / đuổi bay đi giùm trăng...

Tôi muốn hôn dòng sông / con đò ngang rẽ sóng / em ngồi yên bất động / ngày em đi lấy chồng...

Mây trắng trôi bềnh bồng / tóc em vàng một nửa / tôi nhìn xa chợt nhớ / mây mùa Thu năm nao...(*)

Tôi muốn hôn chiêm bao / dáng em cao như núi / tôi bơ vơ lầm lũi / từ đó trên đường về...

Tôi muốn hôn cơn mê / tôi muốn ôm cơn mê...

(*) *Thơ Thế Viên*

Dễ Gì Thấy Nữa Dấu Chân

Rồi thôi...
Rồi chẳng còn gì
Cơn mưa quét sạch phẳng lì mặt sân
Người xưa thì đã cố nhân
Người nay có gặp mấy gần cũng xa!

Rồi thôi...
Ngày tháng trôi qua
Cà Beu, Eo Gió... cũng là sơn lâm
Dễ gì thấy nữa dấu chân
Hôm nao ai để mấy tầng hoa sen!

Rồi thì...
Anh vẫn nhớ em
Câu thơ nối tiếp chỉ thêm đó lời
Dran em đứng mỉm cười
Cơn mưa bong bóng nửa vời bóng bay...

Phải xưa...
Đừng đến nơi này
Đừng tương tư nhỉ, đừng bày nhớ thương
Đêm đêm gối súng gối mòn
Gối non nước gối nỗi buồn Thiên Thu!

Đa Nhim đừng phải đây hồ
Đừng xô sóng bạc đừng mờ sương bay
Đừng bàn tay bóp bàn tay
Trái tim đau đớn thế này đâu em!

Em đi về cõi Thần Tiên
Anh đi về lạc trăm miền trần gian
Lá xanh mấy cũng rồi vàng
Tóc mây anh vén hôn nàng nửa khuya...

Đà Lạt Dễ Chi Quên

"Vệ-Đường-Hoa" đã nở! Đà Lạt hoa Quỳ ơi! Hoa mà còn nhớ người, nở và quỳ đây đó... Ôi thương Đà Lạt phố – những con phố lên cao, những con đường dưới lũng, thông reo như tiếng sóng vỗ rì rào rì rào...

Vệ Đường Hoa lao xao, mỗi năm vào tháng Chạp, nắng thay mưa vừa dứt, Đà Lạt tôi trở mình! Ai cũng đẹp cũng xinh, ai cũng tình cũng nghĩa, Đà Lạt tôi như thế, ai đến về không thương? Ôi đường hoa Hướng Dương, Vệ Đường Hoa cũng đó, rặng hoa Quỳ đua nở nói gì với Thời Gian?

Vệ Đường Hoa của chàng nhớ thương nàng đứt ruột. Phải chi đừng thân thuộc, đừng cầm tay chia tay...

Hăm hai năm ở đây, tôi nhớ sao Đà Lạt, nhớ sao bầy chim hót trên từng nhánh thông xanh. Em không còn gọi anh. Em mất rồi. Ngoài biển. Vệ Đường Hoa lưu luyến mà em rời Quê Hương! Tôi cũng rời chỗ thương để đi. Và đứt ruột.

Tóc em xanh xanh mướt ôi rừng thông rừng thông! Phải chi em lấy chồng quên đi người lính nhỉ, thơ anh không kể lể chuyện tình tự ngày nao...

Vệ Đường Hoa lao xao, tóc em xào với gió... Tháng Chạp lại về đó, mình xa xôi nhớ ôi! Hai mươi hai năm trời, trời cao thêm mấy thước? Và đất chắc đổ dốc, chỗ nào bọt sóng bay? Chỗ nào anh ngất ngây? Hoa Quỳ ơi, tôi khóc, hoa còn với Tổ Quốc, tôi thì mất Quê Hương! Cả em, người tôi thương...

Hoa... mà Hoa Vệ Đường! Cái tên nhòe nước mắt. Mong em về cõi Phật ngồi bên đóa hoa sen. Đà Lạt dễ chi quên? Ôi em Tình Bất Tử!

Đầu Non Cuối Biển

Em, giờ này ngủ rồi. Anh canh cho em ngủ. Anh canh từng hơi thở / của em thở bình thường...

Quả thật em dễ thương / như nụ hoa khép cánh. Có lẽ vì trời lạnh. Em thở rung cái mền.

Có thể anh có quên / nói một lời chúc đẹp / nên chi đôi mắt biếc bây giờ anh thèm hôn...

Cái miệng em buồn buồn, em thấy gì trong mộng? Mái tóc em gợn sóng / trải đầy trên gối ngoan...

Em ơi em anh còn / nợ em gì không nhỉ? Canh em suốt đêm, chỉ / để nhìn em ngủ sao?

Hay là anh chiêm bao / tự đầu non cuối biển? Kìa, mặt trời đã hiện, bình minh... mình chia tay?

Anh sẽ thành đám mây / bay về em mưa lạnh? Em sẽ là một ánh / chớp xé tung lòng anh?

Lòng anh rất mong manh / hay tình yêu mỏng mảnh? Em ơi mưa có lạnh, giận anh một chút đi!

Rồi chúng mình cùng bay / sau cơn mưa buổi sáng. Khi ngựa bon chân nản, chúng tựa đầu vào nhau...

Em ngủ em xinh sao! Anh hôn em chút tóc. Nhẹ thôi, em đừng thức. Nhẹ thôi... Anh hôn em!

Đọc Lại Bài Thơ Cũ

Đọc lại bài thơ cũ,
thấy câu này,
thương quá thương:
"Thương mà biết nói sao cho hết?
Lạy Chúa cho con giữ được lòng!"

Thương ai vậy nhỉ? Thương ai vậy? Mình sống bao năm mà giữ gìn? Tuổi trẻ, ngày xưa, đi lính trận, bây giờ tàn tạ... nhớ rừng xanh!

Hôm đi thăm bạn ở nhà quàn, ngó bạn nằm trong cỗ áo quan. Bật khóc! Nghĩ mình mai mốt cũng / xuôi tay nhắm mắt hết mơ màng...

Lạy Chúa cho con giữ được lòng! Lòng con để lại với Non Sông. Với bao nhiêu Lính nằm trong đất, đất đó mấy mùa lũ... đất không!

Lạy Chúa cho con cầm nước mắt, rải về cho đất nẩy hương hoa... Lòng con có nhạt như hơi gió, xin Chúa cho con chút mặn mà...

Thưa em, anh nói như anh được / kề mặt hôn em, vuốt tóc thề. Ở nhỉ tóc thề hay tóc nguyện? Anh nhìn cây liễu nhánh lê thê...

Thưa em, anh chắp tay xin Chúa: Mãi Mãi Cho Đời Chữ Mến Thương. Chúa dẫu đứng yên Cây Thánh Giá, vẫn như người gác cổng Thiên Đường!

Thưa Ba, thưa Mạ, hai cây đào, con sẽ trở về đứng đó lâu, hoa nở bao mùa Xuân, cứ nở, con thương... tới lúc bạc phơ đầu!

Đổi Giờ Mùa Hè Mới

Bây giờ 6 giờ sáng, 6 am.
Hôm qua giờ này là 5 am.
Đổi giờ. Mùa Hè mới...
Hay ghê! Nắng lên rồi...

Anh nói thế em cười:
"Thời gian trong chớp mắt"
Rồi em ngủ lại thật,
Mùa Đông còn mùa Đông!

Đông hay Hè, lung tung,
Hai má em vẫn hồng
Mặt trời ở trong lòng
của anh luôn... dậy sớm!

*

Ngày tháng không gì cả
vì mình có cái gì
cũng là của Xuân Thì:
Mùa Xuân dài muôn thuở...

Chiều dài của nỗi nhớ
Khi người ta xa nhau!
Chiều dài của cơn đau
Dù mới ho mấy tiếng...

Tóc em xanh ước nguyện
như hơi thở không lời.
Hoa hồng nở trên môi
mà em đâu có biết...

Thơ anh hôm nay thiệt
em có biết gì đâu!
Nhưng mai mốt mùa Thu,
Lạnh! Em thương anh lắm...

Lát nữa anh hứng nắng
chải đầu cho em nha
rồi em nhìn xa xa...
gần là hoa bờ giậu!

Màu đỏ như màu máu
Quê Hương mình ngày xưa...
Không có một bài thơ
nào về thời đó nữa...

Lát nữa trời có gió
tóc em bay trên vai...
Anh nhè nhẹ ngón tay
gỡ em vài sợi rối...

Đời Có Tình Yêu Nghĩ Cũng Vui

Hồi trưa trời ấm lúc em đi. Chiếc áo sơ mi thuở dậy thì. Áo trắng, gió lùa, da mướt trắng. Tóc vờn như thể dải Xuân Phi...

Hồi trưa anh chợt thành thi sĩ, đứng thật lâu đo bóng mặt trời. Cũng lúc đứng lâu, lòng có gọi nghe chừng xa lắm tiếng em ơi.

Cái duyên, cảm tạ ông Trời nắng! Cái nhớ, Trời ơi, chỉ nói thầm. Em lái xe nhanh đâu có thấy anh thành tượng đứng đã trăm năm!

Câu thơ đọc lại, nghe mình ngộ. Đời có tình yêu, nghĩ cũng vui. Mà cứ tương tư buồn lắm chứ. Người đi tưởng tượng bóng mây trôi...

Em bóng mây theo góc phố nào, còn anh thì vẫn ngọn dừa cao. Gió tung màu nắng hay màu gió? Áo ngắn tay trần em thấy sao?

Trưa nắng, chiều nay có nắng không? Em về mà lạnh, lạnh sau lưng, Tóc thương tóc nhớ dài đâu đủ để ấm lòng em... Ôi nhớ nhung!

Đứng Ngó Núi Xanh Rồi Núi Tím

Trời mới sang Hè mấy bữa nay / cớ sao đã lạnh / lá vàng bay? Vàng bay mấy lá bên hàng xóm mà chẳng bay giùm áo lụa ai...

Nhớ áo dài ai / nhớ quá chừng. Nhớ thời mình trẻ tuổi mùa Xuân / ngó hoa đào nở bên hàng xóm / ngó trộm ai hoài / một mỹ nhân!

Ai áo dài bay trên lối dốc / đường Hai Bà Trưng hoa đào thơm... Tóc ai đó cũng thơm lừng gió / ai hứng cho người ta nụ hôn?

Ai hứng giùm ai tình Thế Kỷ? Ôi chào hai Thế Kỷ hay sao? Hai trăm năm chỉ là mưa nắng... mà hóa thời gian / thật nghẹn ngào!

Nghe nói ai kia về Vĩnh Hội, trước nhà ở đó có cây mai. Từ ngày về đó quên, không nhớ Đà lạt buồn hiu có một ai...

Hôm nay trời trở nghe lành lạnh / giống quá ngày xưa mình Cheo Reo / đứng ngó núi xanh rồi núi tím / nhớ người thấy một bóng trăng treo!

Hôm nay trời trở như Đà Lạt, nhớ quá Dran, nhớ Lạc Lâm, nhớ tới Phương Lâm rồi Vĩnh Hội, nhớ dài dám lắm, tới Hương Giang...

Đứng Trong Sương Khói Mờ Nhân Ảnh

Có một lúc nào đó chỉ có gió rì rào trong rặng liễu bờ ao và con chim trao trảo đứng lặng yên áo não nhìn mặt ao lặng yên...

Có một lúc em nghiêng cái mặt hiền như Phật, anh đưa tay vuốt tóc em và gió nhẹ nhàng thổi phớt qua màng tang sợi tóc mai dài vẫn...

Khuôn mặt em tươi tắn chưa bao giờ xinh hơn. Anh khẽ đặt nụ hôn, em cười, hoa hé nụ. Tình yêu thế là đủ cho anh có bài thơ...

Có một lúc trăng mờ, em siết tay anh chặt, chỉ con chim bay gấp qua cánh đồng bao la. Con chim bay đã xa mắt em còn lưu luyến. Em nói chim ra biển. Em nói chim bơ vơ...

Em nói gì cũng thơ ngay cả khi em thở bên tai anh thì thào. Hình như mình chiêm bao, chúng ta đang Đà Lạt, trên đường xuống Cầu Đất, trên đường về Đơn Dương?

Hoa quỳ nở bên đường, em đưa tay ra hái. Muôn năm em con gái, muôn năm em tuyệt vời, anh hứng ánh trăng rơi, bài thơ anh lóng lánh. Chừ em là hư ảnh, chừ em là Thiên Thu!

Có lúc anh như mơ, anh trở về Lạc Nghiệp thấy em trong tiền kiếp, thấy em hoài bên anh mà mong manh mong manh sương quanh đèo Ngoạn Mục. Em à anh bật khóc giữa cõi đời hư vô...

Đường Xuân

Đường đi qua một mùa Xuân / không ai muốn xóa dấu chân của mình. Hoa vàng và đám cỏ xanh / và bươm bướm trắng bay quanh bước người... Người ta hát Hòa Bình ơi! Người ta nói người ta cười hồn nhiên... Con đường qua cõi bình yên / bầy chim trên nhánh cây chuyền gọi nhau... Không ai hỏi mình về đâu. Người ta đôi lúc nghiêng đầu ngắm hoa... Người ta ngắm mặt người ta, gỡ cho nhau sợi tóc xòa trên môi. Con đường đi giữa đời vui, những câu triết lý mây trôi lững lờ...

Con đường đó, con đường thơ. Lá thơm hoa thảo giấy tờ hoa tiên. Con đường đó có cái tên, "anh đi đâu cũng nhớ em trở về...". Nhớ hàng cây ngỡ tóc thề / Bình Minh Công Chúa chải chia bầu trời... Con đường đó giống đường ngôi / của em tóc mượt của người nhớ nhung!

Con đường đi giữa mùa Xuân, tưởng đây Đà Lạt, tưởng dòng Hương Giang, trong mơ tôi đã gặp nàng, buồm căng gió thổi Thiên Đàng cũng đây...

Em Ạ Mùa Xuân Đã Trở Về

Em ạ,
Mùa Xuân đã trở về!
Em nhìn, kìa
Cỏ ở bờ đê
Hôm nao tàn úa
Chừ xanh biếc.
Anh cảm ơn em đã trở về!

Anh nghĩ tới em
Non Nước cũ
Vườn cau Nam Phổ
Nước sông Hương...
Cỏ xanh phủ mượt trên đồi Ngự
Hoa nở vàng mơ:
Hoa Hướng Dương!

Em ạ,
Mùa Xuân nó thế nào?
Hỏi Ba,
Ba chỉ hai cây đào
Ba trồng trước ngõ, ra mà ngắm
Mình đã nghe lời
Mình có nhau!

Em ạ,
Mùa Xuân bay lững lờ
Con thuyền của Huế
Chở đầy Thơ
Anh cài lên tóc em yêu quý
Mãi mãi,
Từ nay ánh Nguyệt Mơ!

Mai mốt Trời ơi
Mai mốt mãi!
Mình buồn chung với cảnh Quê Hương.
Ba trăm năm cũ...
Năm nào vậy
Người Lính sao choàng áo gió sương?

Em dệt cho anh
Tình với Nghĩa
Em về như cỏ
Đang vào Xuân!
Anh hôn em
Ở bàn chân ngọc
Anh yêu em từ
Hai gót chân!

Em Bắt Con Chim Se Sẻ

Em bắt con chim se sẻ / bỏ vào bài thơ của anh. Con chim hết tung hết tăng / em thì tung tăng, dễ ghét!

Thơ anh tới câu chấm hết / con se sẻ sẽ thế nào? Hai má em ửng hoa đào / em chỉ đám mây trước mặt...

"Em thả cho chim bay mất / cho anh đứng ngẩn ngơ chơi!". Em nói mà em không cười / em thử lòng anh, anh biết!

Anh nói em thì dễ ghét / để coi dễ ghét bao lâu! Em nghiêng mái tóc trên đầu... bây giờ anh yêu em quá!

Anh làm thơ cho em ngã / vào lòng anh muôn năm nghe! Con chim se sẻ đã về chắc về nằm ngoan tổ nó...

Con chim se sẻ là gió / gió mới vừa bay ngang đây.
Anh ngó em hai bàn tay, ô kìa trái tim / em nắm!

Anh biết nhiều khi em giận / thả gì cho có vào thơ / em muốn anh phải thẫn thờ / nhớ em nhiều hơn, nhiều nhất!

Ôi em / em là Giọt Mật / người Mỹ gọi là Honey.
Anh chỉ yêu em / không ai / anh ghét con chim se sẻ...

Thơ anh không cho chim ghé / một mình em ghé mà thôi! Anh làm thơ cho em vui / kể cả khi em buồn bã...

Em Buồn Để Anh Thương

Anh dặn này, em nhớ: Hà Nội vào mùa này không còn gió heo may mà gió từ Cao Lạng thổi về làm choáng váng những đường cây trống trơ ngay giữa lòng Thủ Đô – một Thủ Đô buốt giá. Nếu em có ra đó, nhớ trời lạnh vô cùng... bởi vì đang mùa Đông, gió heo may đã hết...

Mùa Thu đã thật chết không có lời giã từ. Mùa Thu ôi mùa Thơ, con nai vàng ngơ ngác có lẽ lên Đà Lạt, nó buồn đi giẫm nát những kỷ niệm còn lưu, rừng có gió hiu hiu chắc heo may còn sót?

Khi em nghe rét ngọt, em có cắn môi không? Hỡi đôi môi màu hồng, biết là anh nhớ chớ mỗi lần hoa đào nở, mùa Xuân hoa rưng rưng: những nụ đào đêm Xuân thức chờ em tới sáng. Em ơi anh hứng nắng chải tóc em ngày xưa...

Ngày xưa, thời ước mơ mình đi ra Hà Nội, mình đi lên điểm cuối, mình đi lên đỉnh núi trên dãy Hoàng Liên Sơn, em có anh đi bên, mùa Đông trôi dưới lũng, ở đó những bông súng nở bềnh bồng khói sương...

Em à, em cô đơn, đi một mình, anh khổ. Anh biết là anh nhớ mà sao về với em? Hà Nội trong nhớ quên, mùa Đông nào cũng lạnh. Mặt trời còn đi tránh, em đến đó làm chi? Em thử đứng bên ni ngó bên tê đồng trống, em nghe trời gió lộng, em buồn... để anh thương!

Em Duy Nhất Đạo Một Đường

Phải chi em chẳng là con gái, em chẳng mùa Xuân một Sớm Mai. Anh chẳng làm thơ vay chút gió, tóc mây em chẳng phải bay bay...

Phải chi em chỉ là cơn mộng, anh chỉ là sương ngoài cửa bay, anh chỉ là chim đầu ngõ hót, hôm qua thì cũng giống hôm nay...

Phải chi cố quận không ai nhắc những chuyến đò đi thăm chùa Hương. Phật nói gì đâu, chuông có vọng, ngàn năm chỉ một tiếng Yêu Thương.

Em à, đừng có chi chi cả thì những bài thơ là giấy thôi. Thì những bài thơ không có chữ như Kinh Vô Tự chẳng ghi lời!

Tại em, anh gặp chiều hôm trước, rồi đóa sen hồng nở sáng nay. Ai biểu chân em hoa cũng nở / anh ngỡ anh là Ngô Phù Sai.

Em, Tây Thi nhé, Thơ-Duy-Nhất, nói một mình em, Duy-Nhất-Phương: Anh chỉ một lòng, đi một Đạo / là em, duy nhất Một-Con-Đường...

Chiếc xe thổ mộ đi qua ngõ, tiếng lộp cộp buồn vang trong mây. Tiếng trái tim anh vừa đập vội. Phải chi em nhỉ, đừng qua đây!

Phải chi em chẳng là con gái, em chẳng mùa Xuân một Sớm Mai...

Em Hay Mưa Long Lanh

Anh tưởng em về sớm, anh ra ngõ đứng chờ... Lúc đó, nắng chưa mưa. Sau đó, mưa thì tối...

Và dĩ nhiên anh đợi, nắng mưa không phải người, anh cứ chờ em thôi. Em là người anh đợi!

Hình như anh đã nói / câu đó từ ngày xưa... hồi em về trong mưa, hồi em về trong nắng...

Đà Lạt... rồi anh vắng. Đà Lạt... rồi em xa. Mỗi đứa một lối mà / mình xa nhau biền biệt!

Anh đi lính không chết. Em theo chồng... lênh đênh. Điều lạ, mình không quên: tha hương mình tái ngộ!
Em vẫn còn như thuở / mắc cỡ má hồng hồng.
Anh vẫn như cỏ bồng / long đong đời bóng xế...

Em ơi mưa hay lệ? Tối quá, em chưa về! Anh ngó theo từng xe, không thấy xe nào đậu!

Đèn đường mưa đang bầu / từng giọt vàng long lanh. Em có nghĩ mắt anh / ngọn đèn vàng không nhỉ?

Tình mình hai Thế Kỷ / và vẫn hai cuộc đời. Em về, mình chào thôi... rồi mỗi người, một cõi!

Anh nhìn xuyên bóng tối, anh nhìn xuyên lòng anh: anh thấy em mong manh, mong manh thời Đà Lạt...

Suối tóc em hay thác / đang trào đổ trong anh? Tiếc chứ thuở Xuân xanh, chiến tranh ai xui khiến?

Suối tóc em ẩn hiện / trong chiêm bao anh hoài... Và bây giờ mưa bay / và bây giờ mưa bay...

Tại sao em về muộn? Tại sao mà mưa xuống / trên bờ vai của anh? Em hay mưa? Long lanh...

Em Không Là Ai

Hình như hoa dại thường có màu vàng.
Hình như con gái, cô nào cũng ngoan.

Tôi ngó dòng sông, dòng sông xanh biếc,
lục bình trổ bông, bông bèo thì tím...

Rất nhiều kỷ niệm hình như sống hoài...
Trước ngõ không ai chỉ bông giấy rụng...

Tôi nhớ cây súng một thời ấp ôm.
Tôi nhớ ai luôn, muôn thời tôi nhớ...

Vườn cau Nam Phổ, đêm tiếng hò khoan.
Tôi nhớ Hương Giang thơm lừng núi Ngự...

Vua như còn đó, cái bóng trăng khuya Huế dấu
yêu về trong từng giấc mộng...

Tôi nhìn lượn sóng vỗ vào bờ sông.
Hoa vàng rưng rưng. Ai ơi hoa khóc...

Tôi nhớ sao tóc của ai gió bay.
Hình như gió đầy trên vai mùa Hạ...

Phượng hồng hay má của ai tôi thương.
Tôi nhớ sông Hương, làng quê Ngoại ở...

Đi đâu cũng đó, hoa vàng cỏ xanh...
Tôi vẽ bức tranh: hoa vàng hoa tím...

Tôi vẽ kỷ niệm qua khói thuốc bay.
Em không là ai. Mưa ngoài cửa Thuận.

Em Ơi Đà Lạt Đang Vào Xuân

Hôm nay là Tết. Mai là Tết. Tết đủ ba ngày, Tết của em! Anh chỉ còn em mà nói vậy. Nhìn em, chỉ một tháng ra Giêng!

Tháng ra Giêng, đẹp! Tháng hoa đào. Hai cây hoa đào nhà em sao? Chắc vẫn ra hoa vào dịp Tết... và ra hoa mãi đến ngàn sau!

Bao giờ... Không biết bao giờ nhỉ, mình về lang thang đường Bà Trưng, anh chỉ hoa quỳ đang tháng Chạp hôn em và nói sắp vào Xuân!

Bao giờ...Ba Mạ la con gái: " Mi chải đầu đi, tóc rối kìa!" Ba Mạ biết mô mình mới đó cầm tay mình nói chớ chia lìa...

Em ơi tưởng tượng mình da diết như thuở ngày xưa thuở học trò, khi rứt áo đi còn ngó lại...thấy gì Đà Lạt những đường hoa....

Hôm nay là Tết mai là Tết, Tết đến mồng ba mới nghẹn ngào...Đời chỉ là mơ đời vẫn mộng, ngàn năm anh viết Truyện Chiêm Bao?

Anh là văn sĩ bao giờ thế, mỗi một câu tình thơm ngát em... Hỡi mái tóc thề mây thoáng thoáng, mùa Xuân cao vút đỉnh Lâm Viên!

Truyện anh đang viết không câu kết, mà kết làm chi Đà Lạt ơi! Còn Tết dễ thương còn tất cả, nắng mưa chi cũng tiếng em cười...

Em Qua Sông Lá Thu Vàng

Nắng đi đâu mất biệt rồi? Trời mưa em ạ, trưa, trời đang mưa! Đó, mà ngộ nhỉ câu thơ / cho em ướt mắt bây giờ, biết đâu!

Trời ơi thơ chẳng thành câu, lời gieo tứ điệp, mở đầu chạm vai! Tại em! Ai biểu tóc dài? Tương tư thấy mãi nhiều bài thơ anh...

Tóc dài em tóc còn xanh, tóc anh có bạc cũng đành chịu thôi! Yêu chi cuối đất đầu trời, tình đem giấy trải, lòng phơi bốn bề...

Sáng mà cứ tưởng còn khuya, ra sân mới thấy nước nhòe mặt sân! Mặt mình chắc cũng bâng khuâng? Nhớ em chưa phải hoàng hôn... đã buồn!

Không con bướm lượn quanh vườn, dĩ nhiên... không cả chuồn chuồn bay bay... Em giấu mặt, giấu bàn tay. Em tàn nhẫn lắm, mấy ngày, biết chưa?

Mấy ngày... chỉ một ngày xưa / khi cầu chưa bắc, khi đò còn ngang... em qua sông lá Thu vàng / hắt hiu nắng, hắt hiu làn mưa Thu...

Tranh: Phibi Duong

Em Rực Rỡ Những Mùa Hè Rực Rỡ

Mùa Hè xanh... vì lá cây xanh
Mùa Hè đỏ... vì hoa phượng đó
Em nói không mùa Hè em cũng nhớ anh
Anh không nói mà hôn em
    hôn mùa Xuân vĩnh viễn!

Nếu anh buông em ra em là con chim én
Em bay đi đâu rồi em cũng trở về
Anh thương em mồ hôi đầm đìa
Anh chải tóc cho em đuổi đi hết nắng!

Ai cũng biết chữ Tình thì nặng
Nặng hơn đá vàng, nặng lắm hóa Tình Yêu
Mình gặp nhau, hồi đó, buổi chiều
Mây rất thấp, tóc em từng sợi nhớ...

Mùa Hè xanh mà hoa phượng đỏ
Anh nói bâng quơ làm em ngó phố phường
Ngó lên trời, ngó nắng Đơn Dương
Em không thấy má em hường rất đẹp...

Và Tình Yêu bắt đầu không chấm hết
"Dẫu không có mùa Hè em cũng nhớ anh"
Nếu một thời không có chiến tranh
Nếu em không nghẹn ngào
    tại sao em mười bảy tuổi...

Anh vào lính lên rừng lên núi
Anh vào tù vẫn núi rừng xanh
Mùa Hè long lanh những giọt mưa màu đỏ
Em sang ngang rồi, hoa phượng nở bên sông!

Bên kia sông mênh mông hoa phượng
Bên này sông lá dừa gió bay
Anh đi tìm em Nam Bắc Đông Tây
Thấy em rực rỡ những mùa Hè rực rỡ...

Em Từ Bảo Lộc Em Sẽ Lên Đà Lạt

Anh, đang sáu giờ sáng. Em, đã chín giờ đêm. Và, từng giây phút thêm... mình càng xa thăm thẳm!

Hôm nay trời ấm ấm. Cuối tháng Hai rồi mà. Anh mở cửa, nhìn ra: Một nụ hoa hồng chúm...

Sáng sớm, sương còn tụm... sẽ rơi lúc bình minh. Anh gọi em bằng Mình. Thương em chi lắm vậy?

Em đang Blao nhỉ? Em lên Đà Lạt không? Những khúc quanh đường rừng. Những má hồng con gái...

Anh xa... chưa trở lại nhìn trời sương Di Linh... Nhìn những mái nhà tranh... trái tim vàng trăng rọi!

Em. hứa hay em nói: Em sẽ qua Prenn, em sẽ nghe rừng rên, em sẽ nhìn nước thác...

Em sẽ ôm Đà Lạt khi vào khu Hòa Bình... Em sẽ gọi anh anh... và em nhìn em nhớ...

*

Xưa nay những lời hứa... đều lỡ như cái Duyên! Xưa nay suối tóc huyền... chỉ chờ đêm róc rách!

Em! Tình-Yêu-Đà-Lạt-Mãi-Mãi-Đỉnh-Lâm-Viên! Anh thấy hoa cỏ viền bước chân em ngà ngọc.

Anh gọi em: Tổ Quốc!
Anh hôn em: Quê Hương!
Nụ hoa hồng rất thơm... anh dâng em lòng dạ!
Ngọn núi nào cao quá người ta cũng đến nơi...
nhưng chưa đến mặt trời vì em là vĩnh viễn!

Em Yêu Quý Mưa Vừa Qua Thành Phố

Thành phố mưa! Mưa hồi khuya đã tạnh! Hoa nở mừng, đẹp quá, nắng bình minh! Mưa hồi khuya, em ngủ có giật mình, có trở giấc kéo mền lên cho ấm?

Và, em đã dậy chưa, hay em còn ngủ nán? Ra mà nhìn, kìa, thành phố sau mưa! Bao nhiêu ngày qua, em nóng nãy mong chờ: hoa nở đẹp cho mình em thôi, đó!

Anh đang ở trong vườn, anh nói với từng nụ hoa đang nở, anh nói với em... dù cách trở núi sông. Anh ghé môi hôn, này nhé, má em hồng. Anh đưa tay vuốt cánh tay em ngà ngọc...

Phải chi có em đây để cho anh chải tóc, chải bình minh nắng mới long lanh! Phải chi có em đây anh không nói một mình: Em Yêu Quý Mưa Vừa Qua Thành Phố!

Không có em nên anh đành nói nhỏ với từng nhành cây từng lá cỏ, thương ơi! Bao nhiêu năm mình trôi giạt quê người, nắng và mưa hóa ra lời tâm sự!

Lát nữa đây, anh sẽ đi ra phố, ngó đường xe mong ước một đường về, hai đứa mình đi dạo cảnh nhà quê, ngắm bờ tre nắng và chim nhảy nhót...

Sau đêm mưa, nắng tự nhiên rất ngọt, anh nói với em bằng những lời thơ... Anh đang cầm trong tay mấy ngọn gió phất phơ... Anh nhớ quá tóc em bay trong gió...

Giấc Mơ Thu

Em đi trên bờ sen
Mang đôi hài kết cỏ
Có con bướm cánh đỏ
Bay theo em, nở hoa...

Anh đi ở ruộng cà
Hoa tầm xuân màu tím
Anh hái lên kỷ niệm
Thả bay về phía em...

Lúc đó gió nổi lên
Tóc thề em hóa nắng
Trái tim anh bỗng nặng
Anh ngó xuống, ồ trăng!

Té ra đó, đêm Rằm
Trăng tròn như mặt ngọc
Mây huyền là mái tóc
Rồi chảy thành suối thơ...

Em ơi em giấc mơ
Anh thấy người cố quận
Hoa tầm xuân tươi thắm
Anh tưởng là môi em...

Và anh thấy con thuyền
Rẽ ngang về bến cũ
Hai bờ sông hoa nở
Hồ sen hương ngạt ngào...

Hài cỏ em nôn nao
Lao xao từng bước ngọc
Anh hôn em sợi tóc
Nhớ em nhiều ôi chao!

Gió Buổi Sáng

Sáng hôm nay gió. Gió nhẹ thôi. Buồn buồn. Lạnh đâu từ núi non bay về đây theo gió. Lạnh như từ đồng cỏ bay về thành phố anh. Gió không có màu xanh nhưng lung linh màu lá. Gió của ngày cuối Hạ về muốn nhắn gì chăng? Gió mong manh mong manh? Không em à, gió nhẹ! Gió như là đứa bé người Mẹ bồng lên hôn. Ôi gió thơm tóc thơm...

Anh nhớ em / nói bâng quơ về gió.

Anh biết gì nói nữa? Chuyện tình yêu muôn thuở không ngoài gió ngoài trăng, không núi cao muôn trùng thì mênh mang biển cả! Khi người ta yêu quá lấy núi non ra thề, lấy biển khơi hò hẹn. Đó là lời thề nguyện: Mình yêu nhau muôn năm... Muôn năm là bao lăm? Đếm đi em, chút gió!

Chút gió thôi, mà cỏ, nằm rạp xuống, kìa, em! Em có nghe trái tim vừa rung rung tiếng gió? Em có nghe em thở, gió thơm bay nồng nàn?

Sáng hôm nay mơ màng như là chưa thức dậy. Hình bóng em còn thấy trong giấc chiêm bao dài. Không nói chuyện với ai, ngoài em thôi, duy nhất. Em, tóc thề gió phớt nhẹ như làn mây vương... Em có biết gì không? Anh nhớ em nhiều lắm. Có thể lát nắng ấm, bây giờ thì heo may. Sắp mùa Thu rồi đây. Mùa Thu nào cũng thế, kỷ niệm nhiều khôn kể, anh sẽ nói về Thu...

Gió vi vu vi vu. Anh hôn em qua gió. Anh nói này, nho nhỏ: Mình Yêu Nhau Muôn Năm!

Gió Dù Chỉ Một Thoáng

Nhớ từ một thoáng gió. Nhớ từ mấy giọt mưa. Nhớ, nhớ em ngày xưa, gió mưa thời phố thị. Em tan trường chiều ấy, gió và mưa ngẩn ngơ / huống chi anh đồn xa / về Sài Gòn công tác.

Tuổi nào tuổi ngơ ngác / hỡi người lính vô danh? Tuổi nào em với anh thấy không còn cách biệt? Me Sài Gòn xanh biếc, tóc em xanh hồn nhiên... Chiều xưa, xa, sao quên, nên đời đời cứ nhớ. Em đi hay còn ở / thì nhớ vẫn trong lòng...

Nhớ dù nói viển vông ai cấm mình đừng nói? Mưa Sài Gòn hẻm lội, anh đâu quản gì đâu. Mưa dù suốt canh thâu, gió dù rầu ngọn cỏ. Và... những cơn mưa nhỏ. Sài Gòn ơi Sài Gòn ơi!

Nhớ từ một tiếng cười. Bây giờ thì lặng lẽ. Gió đại dương vừa ghé, gió đại dương vừa bay. *Tóc em còn trong tay những sợi dài tưởng tượng. Gió chỉ dù một thoáng, em ơi ngàn năm ơi!*

Góc Phố Vàng Mơ Rụng Lá Bay

Thiên hạ người ta nghĩ thiệt kỳ: Ra đường rửa mắt chẳng buồn đi, thấy cô thiếu nữ đi ngang mặt / ngơ ngẩn, bâng khuâng, chẳng muốn về...

Rồi cô gái đó đi xa, khuất, góc phố vàng mơ lá rụng, bay, thiên hạ người ta đoanh mắt nhớ / tóc ai đó nhỉ giống như mây...

Hôm nay không biết làm chi cả / ra phố... hình như đã cuối tuần / nên phố rất đông đường rất chật / tiếng cười tiếng nói thấy mênh mông...

Thiên hạ người ta cũng có mình / nhớ ơi là nhớ Sài Gòn xanh / mùa mưa tháng Bảy cây xanh mướt / ngó lá me rơi biết mấy tình!

Vậy mà mình đã đi xa đó / nay ở trời Tây bước viễn du / nhớ tóc ai xanh màu rất Huế / mới năm mười bảy bỏ đi đành!

Gái lớn lên ai chẳng lấy chồng! (*) Lạ ghê sao lại phải qua sông? Đò ngang sóng gợn buồm căng gió / gió phất phơ bay vạt áo hồng...

Gió phất phơ bay vạt áo nàng / nghĩ mình mai mốt sẽ lang thang / về đâu, ngựa hí kêu mình đó / da ngựa chừng nao bọc xác chàng?

Nửa Thế Kỷ rồi... nhanh quá nhỉ, lính tàn đời vẫn trẻ lòng xưa! Ai mà có biết là tôi nhớ, tóc xõa về đi cho gió mưa...

(*) *Câu thơ đó của Nguyễn Bính: "Gái lớn lên ai chẳng lấy chồng, có gì mà khóc nín đi không!"*

Gọi Một Mình Nghe

Em à em ạ em ơi
Gọi em như thể gọi trời mênh mông
Mười bảy tuổi em lấy chồng
Anh chừ trăm tuổi vẫn lòng hai mươi...
Khi anh nhắm mắt lìa đời
Cái anh nhớ nhất: tóc người anh yêu
Khi em ra khép cổng chiều
Nhớ anh, chiếc lá bay vèo... và quên!

*

Thôi thì không nợ không duyên
Không chi ràng buộc thì thuyền cứ trôi...
Em à em ạ em ơi
Gọi em như thể gọi trời bao la...

Gửi Nụ Hôn Về Trong Giấc Mơ

Ba, bốn tháng rồi không có mưa
Bỗng dưng mà nắng mất hồi trưa
Em ơi, mây tự chân trời đến
Có thể chiều nay... dám lắm Mưa!

Mưa ở Cali, mưa rất hiếm
Mưa ở Đà Lạt thì mưa hoài...
Anh biết em đang nhìn cửa sổ
Em nhìn mưa, ngoài cửa, mưa bay...

Anh đang cũng ngó ra ngoài cửa
Thấy nắng khi không... nắng tắt rồi
Có thể là anh vừa nhắm mắt
Thấy em vừa... như giọt mưa rơi!

Là thương là nhớ vô cùng nhé
Mưa nắng ai xui cứ nghẹn ngào?
Anh nắng, em mưa, buồn mấy núi?
Mấy lòng biển nhỉ? Nhớ ôi chao!

Nhớ em áo đỏ ngang bờ giậu
Một sớm mai nào mưa phất phơ
Một đóa hoa quỳ he hé nụ
Em mỉm cười ôi em ngày xưa!

Một đóa hoa quỳ trong nắng nở
Bây giờ mưa sắp... mất rồi em
Anh thương Đất Nước mình chi lạ
Có lẽ vì anh có trái tim?

Đà Lạt anh cũng thương chi lạ
Mưa ướt đầu em... tóc vẫn bay
Là bởi gió thương anh, gió thổi
Lược ngà cho bậu sẵn rồi đây...

Chải nhé cho em từng sợi nhớ
Chải hoài suôn nhé những câu thơ!
Em đi khép cửa cho anh ghé
Một nụ hôn về trong giấc mơ!

Hạ Đỏ Có Chàng Tới Hỏi Em Thơ Chị Đẹp Em Đâu

Đã thật sự vào Hè. Tin thời tiết cho biết: nhiều ngày nắng, nắng thiệt / độ nóng sẽ tăng lên...

Mình... bắt đầu phải quên / tháng Giêng trời lạnh buốt. Tháng Hai, Ba, Tư rét ngọt... để nếm mùi tháng Năm!

Chắc chắn là tháng chung / nhiều Tiểu Bang bức bối: Arizona, New Mexico... thật tội, có bão cát không chờ...

Mùa Hè là mùa Thơ / của Huyền Kiêu trên hết? "Em thơ này Chị Đẹp / của em đi đâu rồi?".

"Chị Đẹp em đi chơi... đi ra đồng đuổi bướm...". Cái khăn choàng chị nhuộm / màu thời gian theo mùa...

Huyền Kiêu không nói mưa... ướt tóc của Chị Đẹp. Tình Yêu thường xanh biếc, đỏ, hồng hay tím than...

Mình nghĩ tới màu vàng, cái khăn choàng Công Chúa. Mình mơ làm phò mã / dắt con ngựa màu hồng...

Nàng Công Chúa lấy chồng, mình phò mã hứng nắng / tô cho môi nàng thắm / tô cho lòng nàng thơm...

*

Em à, anh muốn hôn / bàn tay em thời tiết, môi em viền ánh nguyệt, má em hoa đào Xuân...

Thơ chỉ là bâng khuâng... mà tự dưng bắt được... Thời gian đang từng bước, người thương là nhớ thương!

Thế mới thấy dặm trường... dài biết bao sợi tóc! Thế mới thấy Tổ Quốc... mình còn nguyên bốn mùa!

Hai Giọt Lệ Trong Mắt

Em không cần phải hỏi "em có đẹp không anh?".
Anh vẫn thấy em xinh dẫu tóc em có rối...

Anh muốn làm gió thổi hai giọt nước mắt bay. Anh muốn hôn bàn tay em để kề môi đó!

Sao anh không là gió thổi tóc em để nhìn? Sao anh cứ nặng tình khi em là giấc mộng?
Nghĩ cũng kỳ, đời sống phải có lúc mơ màng, anh nhìn em ngó ngang, nhớ đại dương chi lạ...

Một thời mình biển cả, em buồn như đảo hoang, bầy hải âu lang thang nhặt mây trời làm tổ...

Em từng nói nhớ cỏ mọc xanh ngọn đồi xanh, Đà Lạt em và anh... Ờ nhỉ, anh cũng nhớ!

Nhớ nhất mùa Xuân nở hoa cây đào Ba trồng. Vậy mà... em lấy chồng năm em mười bảy tuổi...

Em ơi anh nói dối là anh nhớ thương em. Em ơi em cũng quên anh, người em thương nhất...

Hai giọt lệ trong mắt, rơi đi cho anh, xin!

Happy Em Mother's Day

Cái nắng! Trời ơi là cái nắng
Mới vào mùa Hè nắng muốn nung:
phơi ly nước lạnh mười lăm phút,
nâng nhẹ lên môi: nóng thấu lòng!

Có gió... nếu mình trong bóng râm
thì nghe mát mát giống còn Xuân...
còn không nghe nữa là im lặng,
không để vào thơ chữ não nùng!
Tôi nói. Em cười. Em giống Phật,
từ bi đến độ nắng như mưa!
Phải chi em đến từ ban sớm,
nắng sáng, chiều, trưa... chỉ nắng thừa!

Thừa của mùa Xuân, Xuân rất cũ,
rất ngàn năm có thể rất xa...
hồi mình chưa có trong trời đất,
em tượng hình muôn thuở nụ hoa!

Lúc đó... anh còn duyên cát bụi
anh chưa vướng nghiệp một chinh nhân,
(mà chinh nhân chắc là anh chết,
em ngậm ngùi em sống nhớ nhung!).

Cái nắng hôm nay là nắng lạ!
Nắng nhắc người ta nhớ sáng mai,
là Ngày Của Mẹ, em là Mẹ,
em của anh mà! Em-không-ai!

Ngồi xuống nhìn anh dạo bút hoa:
Happy em! Tóc cứ chan hòa...
Anh pha từng nhúm hương vào mực,
thành dáng em ngàn muôn thướt tha!

Hình Như Tôi Mơ Tôi Mơ Màng

Không nghe chim hót, chuyện gì đây? Buổi sáng hôm nay chẳng phải ngày? Nắng úa vàng hay cây úa lá? Mùa Thu mà sao trời không mây?

Có chắc mùa Thu vào tháng Tám? Nắng chiếu hành lang, hoa chẳng mừng. Chiếc lá đêm rơi nằm dưới đất, khiêm nhường chút gió thoảng mênh mông...

Chim xa thành phố từ bao giờ hỡi những lòng xe bus chở thơ, chở bụi đi đâu, đường vắng ngắt, tóc ai vàng nắng rọi như tơ...

Chim không còn đậu bờ vai mộng, trời đất hoang vu bỗng nghẹn ngào. Tôi nói với ai lời ướt đẫm, với bây giờ hay với mai sau?

... với mái tóc vàng con suối ngọc, với đường dài có lắm ngã tư, với những ngọn đèn xanh đỏ chớp, nắng rớt kìa, ôi những giọt mưa!

Hình như tôi mơ tôi mơ màng. Hình như hồn tôi đang lang thang. Đây chẳng Thiên Đường không Địa Ngục, không bờ sông nhìn ai sang ngang...

Không cả vườn cau xanh bóng Ngoại, không Huế sao lòng cứ nhớ nhung? Nhớ tiếng họa mi vườn Ngự Uyển, nhớ ai thời thấp thoáng Hoàng Cung...

Em ơi em Nữ Hoàng của anh! Em là mùa Xuân, Xuân mãi xanh! Một chiếc lá vàng Thu thấp thoáng, ngày ôi buồn biết mấy bình minh...

Hoa Quỳ Vàng Áo Dài Xanh Đồi Xanh

Áo dài em bay trên đồi... bay! Hoa quỳ dễ thương tháng Chạp này, chờ em, anh đợi khi trời nắng, em áo dài xanh biếc gió bay...

Áo dài em bay trên đồi cao, Quê Hương mình đó, mới hôm nào, chừ em bến nước mười hai đậu, có bến nào sông nước chẳng chao?

Có bến sông nào sông cạn không, lòng em liệu có cạn không lòng? Con đa đa chẳng là em chớ sao nỡ nào bay cho nhớ nhung?

Em ơi nhìn đi hoa quỳ vàng, vì em mà nắng, nắng chang chang, vì em mái tóc chiều xanh mướt khi gió vô tình bất chợt ngang...

Em ơi hoa quỳ là hoa quỳ, anh hai tay nắm và anh quỳ, dâng em trọn vẹn tình yêu dấu... em nỡ nào như mây cứ bay?

Hoàng hạc nhất khứ bất phục phản, bạch vân thiên tải không du du... Câu thơ Thôi Hiệu ngồi pha mực sao chép lại thành những giọt châu?

Em ơi hoa quỳ hoa quỳ phai, khi em không mặc nữa áo dài, chemise em mặc đi chơi phố, anh vẫn nhìn theo, không nhớ ai!

Mới biết tình yêu rất lạ lùng, hiểu câu Phật nói Có là Không, mà Không với Có em Tồn Tại, anh giữ em, đây, một Tấm Lòng!

Học Trò Xưa Như Chim Bồ Câu

Kiều Thu hề Tố hỡi em
Nghiêng chân rốn bể mà xem lửa bùng!

(Vũ Hoàng Chương)

Trường xưa, lớp cũ, khi không nhớ! Nhớ quá chiều sương Đà lạt ơi! Nhớ quá tóc thề em phất phới, vạt áo dài em gió cũng bay thôi...

Tôi đứng đây, đồi, không đồi xưa. Trời chiều nắng nhạt, sắp sa mưa... Nhớ về đất nước, tôi thèm khóc. Em dỗ tôi đi, nhục đã thừa!

Ôi loài chim mà còn nhớ tổ, mà còn trở về... sao tôi xa? Tôi xa cái tuổi tôi thời trẻ, xa những người em nhỏ miệng hoa...

Chức Nữ / Ngưu Lang năm có một lần tìm nhau để thức năm canh. Những con quạ đen kết con sông bạc, dải Ngân Hà... cho em nhớ anh!

Tôi và Đà Lạt sao ngàn dặm? Tôi và trường xưa sao Thiên Thu? Những cây khuynh diệp xanh màu lá, nhớ quá em ơi áo học trò!

Áo học trò bay trong sân trường. Áo học trò bay trong chiều sương. Và tóc, trời ơi là tóc đó... rồi ánh trăng nào đêm đêm vương vương?

Em ở quá xa, bên Texas. Em ở quá xa trên Dran. Nhớ ơi xe lửa đường cưa nghiến, chắc rất đau lòng, nhỉ, Việt Nam!

Kiều Thu hề Tố, tên ngồ ngộ nên Vũ Hoàng Chương dốc cạn bầu, đêm nay lửa tắt bình khô rượu... Học trò xưa như chim bồ câu!

Hôm Nay Và Tin Thời Tiết

Hôm nay không có mưa như tin thời tiết báo. Không nơi nào có bão, Cali buồn ơi buồn... Bão rớt thì mưa tuôn, gió sẽ luồn trong phố, gió mân mê ngọn cỏ, gió gõ cửa từng nhà...

Hôm nay không mưa sa, tôi chờ thơ không tới nhưng biết em có đợi một bài thơ thường ngày nói về tóc em bay, nói về tay em lạnh, nói về mắt sóng sánh, nói về những nụ hôn...

Hôm nay rất dễ thương, tôi vừa nói như vậy, em xa tôi vẫn thấy em xinh như thế nào. Hai cái má hoa đào, một cặp môi hoa lựu. Đất trời một thành tựu, em, là một giai nhân!

Hôm nay trong bâng khuâng: thơ, bài thơ mới nhất có thơm như hương mật, có ngọt như sữa không, có nâng lên tay bồng em bay vào trong mộng? Em ơi sông gợn sóng con đò em trong sương...

Hôm nay thơ dễ thương chắc là một câu đố? Lậy Trời, trời nổi gió cho thơ tôi bay xa. Lậy Trời cho mưa sa xuống thành phố này với. Nơi em tôi chưa tới, thương nhớ đến bao giờ?

Hôn Em Từng Sợi Tóc Dài Nhớ Nhung

Em đã về!
Em đã về!
Gió tung đến rối tóc thề em thôi
Cũng vừa lúc đó hoa môi
Nở ra một nụ
Và trời sa mưa...
Em về...
Như Mạ chợ trưa
Như Ba chiều tối cày bừa mới xong
Hoàng hôn
Còn chút nắng hồng
Đủ cho em ấm nhé lòng viễn phương!

Em về...
Cả bốn đại dương
Tự nhiên khép lại chỉ còn mây bay
Hôn em từng mỗi ngón tay
Hôn em từng sợi tóc dài nhớ nhung
Ngựa trên non tía hay hồng
Chỉ nghe tiếng hí cho lòng tím xưa...

Em đi, hôm đó trời mưa
Em về, anh thấy như chưa là chiều!
Trường Sơn không ngả mà xiêu
Rồi non nước cũng ít nhiều rung rinh...
Hình như chim hót trên Đình
Em ơi ngọn trúc nghiêng mình đón em!

Em về...
Trải chiếu cho đêm
Cho trăng sáng lại
Một thềm mông lung!
Nhớ thương nói mấy chẳng cùng
Đền nhau hôn mãi hai đồng tiền, nha!

Huế Ơi Nhớ Lắm

Chiều miên man ôi chiều miên man, thương ôi thương lòng tôi thương nàng. Thương là thương Huế xa vời vợi, con đường nào xuyên phá Tam Giang?

Chiều miên man ôi chiều xa xưa, bên ni Hải Vân tôi không ngờ, mình thương người nớ bên tê Huế, mây bay về đây mây cố đô!

Chiều miên man ôi chiều A Shau, cái tên núi đó miên man sầu, người con gái Thượng còng lưng củi, bếp lửa hồng tro bay ai lau?

Chiều miên man sóng lăn tăn lan. Tới đây Lăng Cô đêm trăng tàn, nhìn về Mang Cá sao còn mấy, mấy ánh sao vàng như lệ chan...

Tiếng chuông Linh Mụ mây Phú Bài, ai nâng chén Nguyệt có mong ai? Hay bên khung cửa chiều sương khói, bóng ngựa xa mờ sương khói bay?

Hỡi Huế lòng yêu chỉ một người, một dòng Hương Thủy hoa bèo trôi, về đâu? Ta đứng bên triền núi, núi Ngự Bình mây bay gió xuôi...

Ta nhớ ai nhớ mái tóc dài, về Ban Mê Thuột mắt cay cay, răng mô ta lạc hoài trên núi, nghe giọng Huế mà tiêng tiếc thôi!

Đời ta tàn binh đời ta tàn Xuân, một nền Phú Hậu chưa dừng chân, một Trường Tiền đó chưa thêm nhịp, ta mãi còn xa chẳng được gần!

Khi Không Đi Ra Vườn

Hồi nãy ra ngoài trời, trời ơi là trời lạnh! Mùa Đông buồn đặc quánh, gió bao quanh lạnh tanh!

Buổi chiều trời còn xanh, mong manh làn mây trắng. Trời vẫn còn thấy nắng, nắng chắc cũng lạnh run?

Tôi nhớ Huế quá chừng, tháng ni ngoài nớ lạnh, ai đang trong vườn hạnh, ai đang trong vườn đào?

Lạnh lắm, ai làm sao, có run như cành liễu? Lạnh, biết mà, ai biểu đuổi người ta tha hương!

Tôi đến tận góc vườn ngó lên trái hồng chín, màu vỏ hồng mướt mịn, nhớ quá má người xưa...

Ôi đôi má tiểu thơ, một lần hôn nhớ mãi. Đời không có con gái nào xinh như cố nhân...

Lòng bỗng dưng bâng khuâng, cố nhân tình cố cựu...
Tóc thề em ai níu hỡi chút mây chiều kia...

Những con chim bay về vội vàng chui mái ngói. Em ơi anh muốn nói: anh về thăm em nha!

Khi không mà cách xa. Khi không mà cách biệt. Khi không mà Phan Thiết ra ngoài Huế tương tư...

Kìa Một Đám Mây Bay Qua

Anh nói với em rồi mà, "chúng mình đừng chia xa nhé, em kìa, những đám mây lẻ chúng bay và tựa vào đâu?"

Có đám lạc trên giang đầu. Có đám trôi vào đại hải. Hãy nghĩ thế đi, có phải... chúng mình rồi như đám mây?

Ngơ ngẩn vào ra nhớ ai, tại sao ca dao buồn vậy? Trái tim không đốt mà cháy, nóng lòng nóng dạ... vì sao?

Anh nhớ em má hoa đào, nhớ tay em búp măng ngọt, anh nhớ trái me chín dốt, anh nhớ Huế hoài em ơi...

Em kìa, một đám mây trôi; anh rồi một đám mây lạc. Thương cho ngọn núi ngơ ngác, thương cho dòng sông bơ vơ...

Đò có về không bến Ngự, Vua có chờ trăng Hương Giang, hay Vua hắt hơi thở tàn? Anh rồi... một chiếc lá rụng!

Chiều nay không chừng gió lộng, Trời ơi tóc em tóc em... Chiều nay không chừng anh quên ra ngồi chờ em trước ngõ...

Kỷ Niệm Đà Lạt

Đà Lạt, dễ thương, ngay giữa phố: có con đường nhỏ – Dốc Nhà Làng. Đường không xe cộ, người đi bộ, cấp đá, không ai bước vội vàng...

Lòng đường chỉ rộng chừng hai mét, kẻ xuống người lên giáp mặt nhau. Chưa kịp nói chi thì cũng đã / chạm tay nheo mắt thế câu chào...

Rất xưa, tôi ở trên Đà Lạt, đi trốn mù sương, len lách đây, nhẩm đếm cấp lên rồi cấp xuống, tưởng mình lơ lửng giữa tầng mây...

Đà Lạt, dễ thương, không dễ ghét / bởi người tôi gặp thuở Xuân xanh / là ai, mãi mãi tôi còn nhớ... mà mãi mãi buồn khi ngó quanh!

Người đó, huyền mơ đôi mắt nhung. Người đó, hồng ơi đôi má hồng, Tóc nàng, dài mượt màu đen Huế / không thước nào đo hết thủy chung!

Tôi nhớ, tôi thương người đó lắm / chưa câu hò hẹn cứ mong hoài. Tôi ra mặt trận đường lên núi, mỗi tiếng súng là... tôi gọi ai...

Đà Lạt, bây giờ, sau biển dâu, biết bao hải giác với giang đầu, một tôi lưu lạc – không là một, chắc có muôn người đã lạc nhau!

Đà Lạt, bây giờ, con lộ nhỏ / băng ngang lòng phố... vẫn ngày xưa. Tôi mà về được bây giờ nhỉ, chắc thấy người xưa một chỗ chờ?

Một chỗ, Trời ơi sao một chỗ? Đá nào ai dựng tạc thành bia? Em ơi con dốc lên cao vút, không khéo buồn anh thăm thẳm khuya...

Đà Lạt, dễ thương con hẻm phố, ngày về tôi xé trái tim phơi / để cho Đà Lạt buồn thê thiết / để thấy tôi là mây trắng trôi...

Mái Tóc Mái Nhà

Mái tóc... như mái nhà! Hồi đó, Ba hay nói / khi Ba nghe Mẹ gọi: "Anh đến gần bên em!"

Ba tung tóc Mẹ lên / Ba vuốt tóc cho Mẹ / Ba lau những giọt lệ / những ngày Ba đi xa...

Ba nói: "Tóc là Nhà! Nhà nào cũng có mái. Em nhớ thời con gái, em đã "quyến rũ" anh?

Ôi mái tóc em xanh! Mái nhà tranh, đồng ruộng, mỗi khi nắng chiều xuống, khói lam mờ hoàng hôn...".

Ba nói thật dễ thương / giống như là Ba hát. Mẹ hôn Ba... nhàn nhạt: "Anh nói như chiêm bao!"

Chuyện đó, chuyện hồi nào... Hôm nay em chải tóc. Một mình em ngồi khóc: "Sao anh không về thăm?"

Ôi đã biết bao năm, Quê Hương mình... vậy đó! Người đi trong sóng gió, người ở chải tóc suông!

Tóc rụng. Một sợi buồn. Tóc còn, buồn chất ngất... Nhiều hôm đứng, gió lật / em không thèm chải xuôi...

Em đợi chờ anh thôi! Bởi vì tóc là mái... Em cũng thời con gái, mái nhà anh núp mưa!

Biết bao nhiêu bài thơ, anh làm, em cất đó... Em chờ ngày lộng gió... em gửi qua đại dương!

Anh ơi em rất buồn, tóc dài theo ngày tháng. Em không người lãng mạn... nhưng gió cứ hay đùa.

Tóc em vào bến bờ... rồi tóc em lãng đãng... khói lam chiều loáng thoáng... anh nhớ về nha, anh!

Mây Từng Đám Mây Bay

Em bây giờ... khác quá! (mấy mươi năm rồi mà! Mấy mươi năm anh xa... đến Dran cũng khác!). Em à, xưa Đà Lạt với Dran cận kề. Nay, anh đi chưa về... Dran đành muôn dặm!

Em tay bồng, tay ẵm, tay nào nắm tay anh! Tóc hai đứa hết xanh dù rừng xanh còn đó! Đây, khúc đèo Eo Gió; đây đường lũng Cà Beu. Những gốc thông bơ vơ mình tựa lưng hồi xưa, mình núp khi trời mưa, mình đùa khi trời nắng... Dran chừ xa lắm, em, thấy, mà thăm thẳm, em thăm thẳm mắt huyền, cái miệng còn rất duyên, đôi môi dù có nhạt. Anh nhớ sao, Đà Lạt. Anh nhớ nhất, em thôi!

Anh thả đám mây trôi, những câu thơ ngơ ngác... Em có quyền hờn mát, bây giờ, trời ơi, em!

Dran, anh không quên, vì em, anh rất nhớ, những ngày mình đi bộ trên bờ đập Đa Nhim, những lần anh hôn em mắt lim dim ghét lạ! Tất cả rồi như lá, lá vàng bay, đang Thu. Một Đà Lạt sương mù, một Dran xanh biếc, bao nhiêu năm biền biệt... Em ơi buồn, mây trôi...

Em ơi buồn, xa xôi dù tấm hình trước mặt, em tay nào nắm bắt lại kỷ niệm nữa đâu... Em đã bới gọn đầu, tóc thề chắc có khóc? Những lần anh vuốt tóc, em cười, em nhớ không?

Tấm hình em tay bồng, tấm hình em tay ẵm, tay nào níu muôn dặm, tay nào kéo khăn nhung? Em ơi những mùa Xuân chỉ còn trong quá khứ...

Mình bay trên đồng lúa, mình bay trên đồi hoa... chào Việt Nam ước mơ, chào Thiên Đường trong mộng... Bao nhiêu năm mình sống, mình ước gì, xa xăm...

Em, hỡi ơi Cố Nhân! Dran... thì Cố Quận! Anh đang đứng giữa nắng mà mưa trong mắt rồi! Đây cũng có núi, đồi, Dran không hiện diện, chỉ tình em lưu luyến mây từng đám mây bay...

Một Bài Thơ Phơi Nắng

Mai, mốt, ngày kia, trời vẫn nóng, những con sông trơ đáy thật buồn, California không có nước nguồn, những hồ chứa tuyết mưa chừng sắp cạn...

Ai cũng biết năm nay trời hạn, may có những hàng cây che mát phố phường. Biển và bờ và khách bốn phương vẫn vui vẻ và rì rào sóng vỗ...

Những con hải âu giống như những con thuyền nhỏ chở nắng về và mổ nắng ăn. Dọc đại lộ, người, chim, tung tăng. Đời thái bình, ai nhìn ai cũng đẹp!

Tội nghiệp những lá cây khép nép, che bóng cho người không một tiếng cảm ơn! Những chiếc xe bus vàng chở học sinh đến trường, ba tháng nghỉ Hè không nhiều thêm một bữa...

Những nụ cười của những em bé nhỏ là những nụ hoa nở giữa tim người. Ít ra còn chút đó lời vui tôi đem trải một bài thơ phơi nắng!

Mai, mốt, ngày kia, không là xa lắm, ngày hôm nay đã đủ một ngày! Tôi nhìn cây Thánh Giá Chúa đứng dang tay, trên đầu Chúa vài đám mây rất mỏng...

Huế xa xôi đang chừ mùa gió lộng, tóc thề em nắng mượt chắc là xinh? Nở cho anh đi em, một nụ hoa tình. Gửi cho anh đi em tấm hình ngày cũ!

Một Buổi Chiều Xanh

Một buổi chiều xanh rất đỗi xanh. Nắng như còn muốn vuốt ve cành. Mây như còn muốn tan cho mỏng / cho nhẹ lòng em nghĩ tới anh?

Một buổi chiều xanh, xanh rất thơm. Hoa chưa muốn héo, nụ đang đơm. Và bầy bươm bướm như không vội, không nỡ lìa mau chậu mẫu đơn.

Một buổi chiều xanh rất hiếm hoi. Những cơn mưa dứt, nắng reo cười. Và chân mây vẫn xanh lồng lộng như có ngàn tay đỡ mặt trời...

Một buổi chiều xanh như tóc em. Như con mèo mắt dõi theo chim. Như con cá kiểng vừa tung bọt, hoa súng mấy chùm như trái tim...

Một buổi chiều xanh hái để dành trong bài thơ mới nhất mong manh. Biết mong manh đó nên gìn giữ để một ngày em đến với anh!

Có những bài thơ nói buổi chiều. Bài thơ nào nói hết tình yêu? Này em, em biết đang mùa Hạ, em nói đi mà, một tiếng thôi!

Tranh: Phibi Duong

Một Chỗ Chiều Chiều

Sân sau một bức tường vôi, một cây cổ thụ, một tôi vòng vòng. Mình theo Đạo của Cha, Ông, ngó mây giỡn bóng thấy lòng cũng yên. Hai mươi năm một nhãn tiền, một trăm quan bán ai khiêng đời mình? Hai mươi năm một làm thinh / giống như cải tạo nhân tình chưa qua! Hai mươi năm một mái nhà, sớt chia mấy giọt mưa sa ngậm ngùi!

Sân sau có một niềm vui: Bầy chim nhớ tổ chiều hồi cố hương! Vui thêm mình kẻ lạc đường, nghe chim hót tiếng ngàn phương ấm lòng.

Mình đi theo Đạo vòng vòng, mỏi chân ngồi xuống tựa lưng vào tường. Đời tàn duỗi cánh tay xương / ước chi ôm được dãy Trường Sơn xưa. Ước chi còn nắng đừng mưa / mình bay theo tóc ai vừa mới bay...

Mình bay theo tóc ai bay! Trời ơi tôi nói như ngày hôm qua...

Một Hành Lang Rộng

Hành lang là chỗ gió lùa
Là nơi tôi thấy ai vừa mới qua...

Áo ai lụa mỏng hai tà
Gió bay nắng rọi tưởng là Xuân sang...
Ai vào chi vậy hành lang
Chị chăng? Bữa đó giận chàng, chị đi?
Chị đi ra phố, mua gì
Hay đi tìm thuở Xuân thì gió bay?
Đọc thơ, tôi nhớ câu này
(Của Diễm Châu, của những ngày mù sa):
Chị về đây với người ta
Một hành lang rộng buồn da diết buồn...
Câu thơ vô nghĩa mà thương
Ai đâu chờn chợ, ai còn đây đâu!

Một hành lang rộng và sâu
Vào đây thăm thẳm hai đầu con sông
Nhớ ai xuống bến theo chồng
Lá diêu bông lạc giữa đồng tưởng mây...

Ai hồi mười bảy thơ ngây
Hôm qua mới gặp, hôm nay lạ rồi
Lạ lùng ánh mắt biển khơi
Chỉ quen còn sót tóc thời nữ sinh!
Sợ mà mai mốt điêu linh
Tôi về đây gã tàn binh lạc loài...

Một hành lang rộng chia hai
Nửa kia đầu Bắc, nửa này cuối Nam
Gió mùa Đông lạnh thâm thâm
Không rơi giùm sợi tóc cầm trên tay
Tóc xưa ai vướng sợi này
Tóc xưa tôi giữ còn đây nhớ người...

Nhớ là bởi tại xa xôi
Đầu non cuối biển giữa trời bao la
Chị về đây với người ta
Một hành lang rộng buồn da diết buồn!
Câu thơ sợi tóc đều thương
Mà ai ơi nhớ đâu còn ở đây!

Áo hai tà lụa gió bay
Ước chi gặp lại một ngày trong mơ...

Một Hôm Xe Lửa Ngừng Eo Gió

Ôi mây vẫn trắng trên đầu núi. Ôi tóc bạc người trắng ở thơ! Người mấy tuổi đầu sao chất ngất? Mây trời. Gió thổi. Một cơn mơ!

Tưởng em đáy cốc cà phê lạnh. Rồi lửa bùng lên, điếu thuốc tàn. Rãy hết bụi tro vào cát bụi, nói cười, bẽn lẽn, gió lang thang...

Hôm qua ở quán cà phê gió, tôi ngắm mùa Hè áo ngắn tay. Con gái dễ thương tay trắng nõn, tóc nàng xanh biếc, tóc hay mây?

Em ơi tôi sót năm mươi tuổi, em cuối trăm năm có đợi chờ hay hái hoa quỳ em thổi gió bay về cho lạnh ngắt bài thơ?

Từ khi tôi biết làm thơ nhớ... nhớ Huế và em, nhớ não nùng. Bến Ngự sông Hương mà biết khóc, mưa chiều không lạnh lắm bên sông?

Từ khi tôi đến ga Eo Gió, tự hỏi sao đây là Đơn Dương? Rồi tự trả lời: em kiếp trước áo dài phơi trắng dải sông Tương...

Từ khi tôi uống Tương Giang Thủy, em gánh đi đâu nước một dòng? Tôi uống và em cùng uống nước, soi lòng chỉ thấy... mặt con sông!

Bốn mươi năm đếm ngày em lớn, cũng đếm lòng tôi mấy nỗi buồn, kẻ ở chân mây người góc biển, nào ai phơi áo nắng tà dương?

Mưa Bóng Mây

Vài đám mây. Bay qua
Bay qua trên thành phố
Vài đám mưa nho nhỏ
Rơi xuống thành phố tôi.

Mây bay. Thật xa xôi
Mà gần tôi là nước.
Những người đi bữa trước
Chắc cũng xa như mây?

Tôi đang nghĩ tới ai?
Làm sao tôi dám nói?
Đời là những câu hỏi
Đừng ai đáp, vui chăng?

Những đám mây lang thang
Cái bóng tràn con mắt
Nụ cười và tiếng khóc
Những hồi chuông thinh không...

Những tiếng buồn. Boong boong
Rớt như mưa tí tách
Em à anh cúi mặt
Em thấy gì, mưa? Mưa?

Tại sao em người xưa
Cố nhân là vĩnh biệt?
Bầu trời thì xanh biếc
Mây trắng... mưa bóng mây!

Một hôm tôi ngồi đây
Nhớ ai? Người đâu, đó?
Tôi nắm được ngọn gió
Tóc em vờn mây xa...

Trăm năm cõi người ta
Nhớ nhiều khi thật tội
Nhớ người nhớ cả lối
Hồi nao... em tung tăng...

Mưa Bụi

Em đưa tay ra hứng: "Mưa bụi anh anh ơi". Em nói mà như cười. Bụi mưa thành mưa bụi...Em nói mà không hỏi "Anh tại sao mưa bay?". Anh nắm chặt bàn tay của em hôn tới tối. Trời mưa bụi phất phới giống quá Huế ngày xưa, ngày em tóc phất phơ chưa cài hoa diễm lệ và em chưa xử tệ với anh... em-theo-chồng!

Em đưa tay giữa không mênh mông dòng nước mắt giống con sông đang ngập mùa mưa lũ Trường Sơn. Bóng con trăng chờn vờn trong mắt em lấp lánh. Em nói: "Anh ơi lạnh tới ôm em được không?". Anh nghe trong mênh mông lời em xưa bát ngát, những ngày xưa em hát Ai Lên Xứ Hoa Đào. Em theo Ba Mạ vào Đà Lạt làm chi nhỉ? Tình đã hai Thế Kỷ em ơi và em ơi...

Một chiều mưa rã rời. Một chiều mưa bụi khói. Anh nghe như em nói cái giọng Huế sáng trưng, anh thấy má em hồng, anh thấy em mười sáu ánh trăng soi bờ giậu và hoa bông giấy bay...Hồi đó với hôm nay xa ngàn trùng biên ải, em hết rồi con gái, em chỉ còn trong mơ. Chiều mưa Toledo...

Anh đốt thơ cho cháy, nhớ em hoài mười bảy... nhìn điếu thuốc tàn hơi, biết em sang xứ người, thuốc tàn rồi lại đốt. Mưa bụi bay không dột sao ngực anh ướt mèm? Em vừa khóc hả em? Tình ơi hai Thế Kỷ. Phải em còn bé tí anh bồng em đi chơi. Phải em đừng xa xôi, đứng đây nhìn mưa bụi...

Em ơi anh muốn hỏi: "Em nhớ anh thật không?". Mưa bụi bên kia sông. Tàn đêm, trăng mờ mịt. Tóc em cài hoa tuyết, ai chải đầu cho em? Tóc em gió tung lên, ai quỳ bên chân ngọc? Có bao giờ em thức nửa đêm Toledo? Nửa đêm nào cũng mưa...

Mưa Hoa

Tôi đi cùng cháu Ngoại dưới hàng cây sầu đông. Gió xoáy qua một vòng, hoa sầu đông tơi tả. Cháu Ngoại tôi thấy lạ: "Ngoại ơi trời mưa hoa!"

Tôi nhìn, đúng mưa hoa. Lời trẻ con thơm ngát...
Tôi nghe đâu tiếng hát vang vang đằng sau lưng.
Trời buổi sáng hừng đông, hoa bay hay nắng rớt?
Tôi nghe lòng bất chợt nhớ Đà Lạt hoa đào.
Nhớ Đà Lạt hồi nào mưa hoa trên tóc ấy... Em ơi con suối chảy là tóc em đó chăng?

Bây giờ đã bao năm, tôi đang cùng cháu Ngoại
Đi dưới trời tê tái.
Đi dưới hàng sầu đông...
Mưa hoa đẹp quá chừng.
Buồn rưng rưng mà đẹp...

Em hai tà áo khép, cơn gió Xuân bay vòng
Đà Lạt ôi nhớ nhung, bao giờ, xưa lắm lắm
Hôm nay trời không nắng nhưng có trận mưa hoa
Em có nhớ quê nhà, hai cây đào trước cổng?

Tiếng hát ai vang vọng: *Ai lên xứ hoa đào, đừng quên mang về một cành hoa...*
Nhạc Hoàng Nguyên thiết tha...
Anh nhớ em, tha thiết!

Quê Hương ơi vĩnh biệt! Nói nghe mà muốn ghét.
Em má đào đâu em? Bây giờ mà tháng Giêng, mưa hoa đào ai hứng?

Phải chi trời lên nắng, ngay bây giờ, nắng lên
Anh hôn em nụ duyên nở Xuân nào em nhỉ...

Mưa Lang Thang Bay Hoài Trong Thơ Tôi

Mưa lang thang ôi chiều mưa lang thang
Gió khẽ khàng dắt mưa đi trong phố
Gió và mưa giống như hai đứa nhỏ
Hai cái bóng nhòa trên đại lộ buồn hiu...

Tôi làm thơ lấy hứng buổi chiều
Chiều cô quạnh khéo mà thơ cô quạnh
Em ở mô có ngồi ôm cái lạnh
Em thở dài hay gió ngỡ ngàng kia?

Mây lang thang tựa tựa tóc thề
Em để gió tung bay phơ phất
Hành lang xưa một chiều lạnh ngắt
Giống bây giờ – lạnh ngắt một hành lang...

Mưa lang thang và gió cũng lang thang
Hai đứa mình tại sao không là mưa là gió?
Tôi hỏi hàng cây đứng bên hè phố
Biết hỏi ai chừ – không ai đi trong mưa!

Tôi ngó cốc cà phê từng giọt hững hờ
Mưa từng giọt rớt từ mái ngói
Rớt xuống chùm hoa hình như đang đợi
Phút giờ tan tàn tạ một đời hoa...

Tôi biết em xa, tôi cũng chẳng đang gần
Mưa gió tưởng bên nhau mà diệu diệu
Có cái gì hình như thiêu thiếu
Một vòng tay choàng cho nhau chăng?

Mưa lang thang ôi đêm nay không trăng
Cau Nam Phổ rụng trong vườn ai nhặt?
Từ khi Ngoại dễ thương đã khuất
Mưa lang thang bay hoài trong thơ tôi...

Mưa Rồi Ở Dallas

Mưa, bắt đầu mưa trên phía Bắc. Mùa mưa đã đến Tiểu Bang này.... Đang mùa Thu nhỉ, trời đang lạnh. Thương tóc thề em lắm. Gió bay...

Có thể thơ anh còn trúc trắc... bởi mưa chưa phải lúc mưa mùa! Nghĩ em từng bước ra xe bus, chân giẫm lá vàng ướt đẫm mưa...

Có thể thơ anh nhòe nước mắt tình em vừa mới gửi Quê Hương. Quê mình đang bão, miền Trung khổ, ai có lòng mà không xót thương?

Mưa bắt đầu mưa. Mới bắt đầu. Biết mưa nhiều mấy chẳng dài lâu, tự nhiên lòng cũng buồn chi lạ: em khổ cực hoài, anh ở đâu?

Anh cứ ở hoài trong kỷ niệm... Mưa xưa... Đà Lạt, ướt em, kìa... Tim em có ướt mưa không nhỉ? Chỉ thấy mưa trên mái tóc thề...

Người ở Houston, người Dallas, mờ trời Texas những mùa mưa! Mình xa Đất Nước nhiều năm quá, sông-biển-thời-gian biệt bóng đò...

Mưa Sang Ngày Thứ Tư

Hôm nay, ngày thứ tư
Mưa, còn mưa, em ạ
Mưa trên từng chiếc lá
Mưa lả tả lòng hoa...

Trời đất như mù lòa
Bởi vì mưa không tạnh
Trời đất như thêm lạnh
Vì mưa đem lạnh về...

Mưa. Từng giọt. Lê thê
Như tóc thề em xõa
Mưa. Mưa nghiêng. Mưa ngả
Bóng người đi cô đơn...

Mưa làm nhớ làm thương
Thương mình và thương bậu
Có con chim thật xấu
Hót tiếng buồn trong mưa...

Có chiếc lá như thơ
Rớt vào tay mong đợi
Hình như em muốn nói:
"Mưa ở mô cũng buồn!"

Em ơi em Sài Gòn
Trời đang mưa hay nắng?
Lá me bay lẳng lặng
Mà lòng em xôn xao?

Cho anh hôn chút nào
Bàn tay em thương nhớ...
Cho anh hôn hoa nở
Môi em ôi ngày xưa...

Mừng Em Ở Phi Trường

Trời ngưng mưa hàng loạt
Mặt trời lên hàng rào
Em về giữa hàng chào
Một ngày mới, đẹp quá!

Một tháng đi thăm Má
Một tháng ở bên Ba
Em là một đóa hoa
Nở trong lòng Đất Nước...

Không mình em làm được
Nhiều người đã làm rồi
Quê Hương có nụ cười
Dẫu nụ cười đẫm lệ!

Mỗi riêng em là Huế
Còn giọng Huế trong veo
Những hạt mưa đăm chiêu
Vì em mà hóa ngọc!

Anh cảm ơn em khóc
Trên ngực anh, ngày về
Tóc em đầy mùi quê
Mắt em Mặt Trời Mới...

Dìu em qua chỗ đợi
Dìu em qua hành lang
Mình đang trên Hương Giang
Mình đang trên núi Ngự!

Câu thơ anh vừa có
Nó nhỏ bằng trái tim
Anh dành để tặng em
Ngày em về lại Mỹ...

Đường dài hai Thế Kỷ
Là đường đi hôm nay
Nó sẽ tới tương lai
Một vòng ôm Tổ Quốc!

Mình sẽ về Đất Nước
Mình sẽ về chỗ xưa
Anh sẽ đi tìm mưa
Trả cho em nước mắt...

Nắng Không Khô Nghĩa Là Nắng Ướt

Nắng không khô nghĩa là nắng ướt!
Nói tào lao mà nói được dị nha!
Ai biểu em mười bảy tuổi ngang nhà,
lòng anh nở muôn hoa chào đón!

Em thừa biết kiếp xưa anh là bướm
rất hồn nhiên bay giữa cánh đồng
nhà quê mình đâu cũng thấy sông
mơn trớn núi đi vô cùng trời đất...

Có con bướm bay tìm hạnh phúc,
nó là anh và anh đã gặp em...
Anh bay theo em theo một đóa hoa sen
anh gặp Phật, Phật cười anh lẽo đẽo...

Em hiện hữu, tại sao anh thiếu
một câu chào, một cái vòng tay?
"Thập Kỷ Luân Giao"... trời không có mây
anh lại có dấu hài em để... nhớ!

Mười bảy tuổi, người ta đi bộ
mười bảy tuổi , người ta đi đò...
Mái trường xanh màu xanh ngói mơ
Em suối tóc mộng huyền anh cứ chải...

Ông Trời đặt làm chi cái tình trai gái?
Yêu... dấu chiều chỉ có một đường sương
Thương với nhớ đầy sông đầy đại dương
Em đầy ắp trong tim anh hồi trẻ!

Ông Trời khiến anh đi làm chiến sĩ
chiến đấu với chính mình khi em sang sông
khi em để bên nay đồng ánh hồng hai má ướt
rất nhiều ngày anh phơi nắng không khô!

*

Rất nhiều khuya con trăng cũ bỗng mờ
Anh mấy tuổi em vẫn hoài mười bảy!
Những vần thơ của anh bay nhảy
Em nhảy dây trong mộng cũng là Thơ!
Dám lắm nha ngày mai có mưa,
tóc em ướt, mắt em ướt, áo dài em cũng ướt...

Nắng Lắm, Đơn Dương

Ôi lá vàng bay trong nắng vàng! Gió chắc cũng vàng lắm phải chăng? Biết trời đang gió nên tôi hỏi, gió chạm lòng tôi mái tóc nàng...

Mái tóc Đơn Dương mái tóc bồng như mây giăng trắng lũng vườn hồng, hoa quỳ đang nở vì đang nắng... vì mắt người xưa, mắt nhớ nhung!

Chiếc xe thổ mộ trên đường nắng, nắng ở đèo Eo Gió, nắng thơm. Người tài ích khẽ rung cương ngựa, tiếng lạc vang giòn như tiếng chuông!

Ôi lá vàng bay trong nắng vàng, người ơi đẹp lắm nắng Dran, ba hầm xe lửa còn thơm ngát khói của ngày xưa – năm mươi năm!

Con đường xe lửa răng cưa nghiến, chừ nghiến lòng tôi, kẻ trở về, mắt cứ lau hoài sao cứ ướt... hay là nắng ướt dọc đường quê?

Em ơi Nam Phổ em rời Huế vào tận nơi này Ngoạn Mục chưa? Giữa cõi đời ni, sông với núi, có nghe trong nắng có mùi mưa?

Nắng Ngọt Ngào Ôi Những Câu Thơ

Sáng mở mắt thấy nắng chun vào cửa sổ. Ngó ra vườn, thấy mặt trời thật vui. Nghe chim hót biết là thêm ngày mới. Thêm một ngày, rồi thêm nữa mãi thôi!

Nếu lòng người mãi hồn nhiên như thế, thì đời biển dâu hãy lùi lại rồi quên. Nhưng lạ nhỉ, có một điều không thể tan như sương... và điều đó, là Em!

Em là núi kia chăng? Em là biển đó vậy! Quá khứ đời tôi là lính canh rừng. Quá khứ đời em là dòng sông chảy. Núi, rừng, sông... Núi, rừng, sông... và biển rưng rưng!

Mở toang cửa tôi đón ngày nắng mới, nhớ bình minh, nhớ đôi mắt em buồn. Đôi mắt đó, bây giờ ở đâu, vời vợi. Nước cứ chảy hoài mà còn mãi chữ Cố Hương!

Em kỳ lạ như mặt trời cố định! Tôi buồn vui theo nắng theo mưa. Em vật vờ trong từng giọt nắng. Nắng ngọt ngào ôi những câu thơ!

Ngày tháng trôi đi, con người thêm tuổi. Tuổi hồn nhiên sót lại có bao ngày? Dù không muốn mỗi năm một mới... em đâu còn hỡi mái tóc thề bay!

Tôi nói với mặt trời, tôi khóc; mặt trời vẫn cười trên nỗi đau thương... Tôi đứng thật lâu ngó khu vườn hoa nở, những đóa hoa hồng lấm tấm mù sương...

Nắng Sau Lưng Người Đó

Chỗ "người ta" sướng thiệt
Mưa mát mẻ mùa Hè
Người ta mong nắng về
Để mà... khoe mái tóc!

Ôi "người ta" hạnh phúc
Có mái tóc làm duyên
Chắc "người ta" không hiền
Hiền... có ai mong nắng?

Hai má "người ta" thắm
Chưa đủ dễ thương sao?
Mưa, dẫu có mưa rào
Chắc không trôi hết phấn!

Los Angeles nắng
Nắng đến đổ mồ hôi
Người như tắm nước sôi
Té ra sôi nước mắt!

Phải chi đừng xa cách
Mình lên đó tắm mưa
Mình lên đó làm thơ
Lấy thơ cài ai tóc...

Nhớ thời ai đi học
Mưa Đà Lạt mưa phùn
Hai má ai hồng hồng
Mình mong mưa mãi mãi...

Nhớ thời ai con gái
Mưa nắng đều hữu duyên
Hai mắt ai thật hiền
Nhìn mình và lặng lẽ...

Mình có thời tuổi trẻ
Bẽ bàng và phù du
"Người ta" thì thiên thu
Có nụ cười thật đẹp!

Nói làm sao cho hết
Tôi thật mong mưa hoài
Cho "người ta" đường dài
Nắng sau lưng thổn thức!

Nắng Thủy Tinh

Nắng thủy tinh! Đúng là nắng-thủy-tinh! Lạnh như gương vỡ vẫn còn hình: những đường kính nứt hay dao để sát mặt em và sát mặt anh?

Nắng thủy tinh là nắng rất trong tại sao lại lạnh đến tê lòng? Gió bay qua, nắng, rung rinh nắng, nắng lấp lánh, kìa, em thấy không?

Sáng hôm nay ngồi hong nắng mai. Lạnh chao ôi lạnh tóc em dài. Mưa không có nước... mà mưa nắng và lạnh vô cùng rung cả vai!

Em nói hồn nhiên: nắng vỡ rồi, anh à mình trốn nắng đi thôi, vào nhà đốt lửa ngồi hơ nóng, đừng ở ngoài vườn kẻo... nắng rơi!

Quả thật mùa Đông nắng cũng run! Hai tay siết, vẫn, lạnh vô cùng... Chim không thấy lượn trong trời nắng. Anh lượn lờ em đôi mắt nhung!

Nắng thủy tinh... là nắng pha lê. Đường xa không biết có ai về? Quê nhà không biết mưa hay nắng? Nhớ quá hồi em chải tóc thề...

Cây đào trên dốc Bà Trưng sáng đợi nắng mùa Xuân, anh đợi em nhoẻn nụ cười duyên và bẽn lẽn: anh ơi đem nắng để em mừng...

Ôi nắng ngày xưa, nắng ngọt ngào, ở đây nhìn nắng cứ nao nao... Nắng như gương vỡ ra từng mảnh! Nắng vệt nào nghiêng cũng giống dao...

Nếu Gặp Em Thì

... tôi sẽ nói: *"Thương tóc em dài chiều gió lê thê!"*.

Ba mươi năm, tôi ước có một lần về, gặp được em trên nương ngô kết trái, tôi chào em: "Kính thưa em cô gái! Em nghĩ sao mà mỉm miệng cười xinh?"

Tôi rủ em... hai đứa đi qua Đình, tôi chỉ trúc xanh, xanh xanh hàng trúc, tôi chỉ em sen bông nở biếc lòng ao, tôi chỉ em mái ngói Đình cao, tôi nói em đứng chỗ nào thì em cũng đẹp!

Tôi quỳ xuống trước em, hôn đôi dép, tôi nói với em: "Nếu một chiếc mất, chiếc còn, em sẽ buồn hay vui... nếu đời em đơn chiếc?"

Ôi một ngày, một ngày tôi không biết, tôi có trở về ngồi vuốt tóc em bay? Tôi cảm ơn Trời cho tôi hai bàn tay, một hạnh phúc có là nhờ em, em làm-con-gái!

*

Tôi nói với em thôi, tôi không han không hỏi... bởi tôi còn ai để nói chuyện vu vơ, về một bài thơ... có những câu rời rạc? Em à em, tôi nhớ những con vạc, chúng ăn đêm đem mồi về nuôi con... có nhiều đêm trăng non... lặn sớm, mắt vạc thế nào, có rơm có rớm, có giống như con bướm... chực khóc òa: "Trăng Lặn Về Non!"

Bài thơ, đây, tôi viết lúc tôi buồn. Em tất cả... mà em xa lạ. Hai đứa mình luôn luôn xa quá... Tôi có gì... trái tim gã tàn binh!

Tôi cảm ơn chúa Giê Su: Non Nước tôi thái Bình.
Tôi cảm ơn Phật Thích Ca Tôi Là Người Vô Tổ Quốc.
Em mà thấy nhỉ bao nhiêu người đã khóc trên Thái Bình Dương gió xé cánh buồm...

Bài thơ, đây, ngưng nhé, nửa chừng – tôi muốn khóc trên bờ vai em lắm!

Ngàn Thông Vi Vu Gió

Hôm nay, đài thông báo trời sẽ mưa cả ngày. Sáng u ám sương mây, mặt trời lên... rồi hết.

Ngày sáng trưng, rất đẹp. Hoa nở đầy vườn, xinh. Những con bướm rập rình bay tìm hoa bên giậu...

Tôi không nghĩ ngày xấu nếu là ngày có mưa, chỉ tiếc, muốn, bài thơ... nói về mưa, không có!

Ờ thì thôi ngó gió, gió có màu gì đâu! Biết có gió trên đầu, thấy tóc bay biết lạnh...

Em thấy gió có tránh, hỡi mái tóc thề xưa? Em có nghĩ trời mưa, em tan trường ướt tóc?

Những em nhỏ đi học, lên xe bus, hết rồi. Tôi nhớ lại một thời, của tôi, rồi cũng hết!

Những đồi quỳ Đà Lạt, hôm nay nắng, chắc vàng? Áo dài ai lang thang, nắng vàng hay bướm lượn?

Ôi Quê Hương tôi muốn một lần về để quên, để đi kiếm tìm em... biết em không còn đó!

Ngàn thông vi vu gió. Dòng suối nghẹn ngào trôi. Nắng ở đây bốc hơi... sẽ thành mưa nước mắt?

Đài báo tin không thật! Hôm nay mưa, mô mưa? Những bài thơ sẽ khô, liệu sông Hương có cạn?

Ngày Hạ Nêu

Sáu giờ sáng. Mặt trời đã hiện.
Ngày Hạ Nêu. Hết Tết rồi em!
Những màn sương mỏng như tấm mền
gió cuốn lại trên từng bụi chuối.

Hôm nay mùa Xuân đúng như hôm qua em nói
Anh hôn em! Chào em Xuân Dung!
Anh trao em này đóa hoa hồng
Cảm ơn em nhờ em hoa nở!

Em trước mặt mà sao anh vẫn nhớ:
Mùa Xuân nào rực rỡ cũng là em!
Anh nói như vậy hoài là để đừng quên
Anh thật không muốn em buồn như nhánh liễu...

Cây liễu tưởng là cây gầy yếu
Thương nó nhánh mềm như tóc em bay
Cuối biển chân mây
Ai nhìn thấy cây mà không mơ màng vóc ngọc?

Anh hay nói với em về mái tóc
Về mùa Xuân Đà Lạt ngày xưa
Về Huế dấu yêu Hương Thủy đôi bờ
Anh được chải tóc cho em không ngờ lần thứ nhất!

Anh nhớ những ngọn cau phơ phất
Em ơi nhìn mùa Xuân đang đi
Mình đừng đi em nhé mình hãy đứng bên lề
Anh muốn nhìn em
    như nhìn con chim bình minh hút nhụy...

Con đường tình dài hai Thế Kỷ
Áo dài em bay xanh Trường Sơn
Nhất định sẽ có một mùa Xuân trên Quê Hương
Sáu giờ sáng vang vang tiếng chuông Nhà Nguyện...

Ngày Xuân Không Nắng

Có lẽ từ hôm em có vẻ không vui khi nói với anh rằng: "Mùa Xuân là của chung thiên hạ, riêng với em thì... mùa giá băng!".

Em ngước đầu lên, em hất tóc. Ngày Xuân không nắng tóc không xanh mà xanh vầng trán em hiu hắt, mà tím bàn tay nỗi bực mình!

Em cúi đầu đi suốt dọc hiên. Cành xoan lộc nở gió đơm nghiêng, em không ve vuốt mùa Xuân mới mà hứng mưa tung những hạt huyền...

Cũng ngộ, năm nay, năm rất ngộ, tháng Ba giờ đổi, có gì đâu! Bảy giờ sáng vẫn còn trăng hiện như tháng Giêng, Hai, lạnh, tối mù!

Ở nhỉ năm này năm địa chấn, rung trời chuyển đất động tâm can. Em buồn gậm nhấm câu thời tiết, anh cũng nghe lòng anh xốn xang...

Có lẽ từ hôm Tết tới giờ, anh làm không được một bài thơ! Em chờ em đợi em ngao ngán, mình mất niềm vui như ước mơ...

Nghe Cái Tên Mà Đã Quá Thương!

Biết ơn Ba Mạ đặt tên con! Biết ơn trước cổng hoa đào nở, một thoáng qua mà mãi Xuân!

Một thoáng qua mà xưa lắm rồi hồi tôi đi lính đóng trên đồi ngó quanh rừng núi toàn hoa dại có nụ hoa hồng như hoa môi...

Tôi nhớ ai hoài xinh quá xinh! Nếu hôm đó nhỉ chẳng ngang nhìn ai bên khóm trúc xanh màu áo và tóc thề xanh như mây xanh...

Tôi nhớ ai hoài nên lẩm nhẩm câu thơ Lý Bạch viết bao giờ... thấy mây cứ tưởng mây là áo, thấy đóa hoa nào ai cũng hoa! (*)

Con dốc Bà Trưng, con dốc từng tôi đi ngang đó tự nhiên ngừng. Trời sinh chi kiếp người ta nhỉ, sinh cả, Trời ơi, một Mỹ Nhân!

Em, mỹ nhân hề, nan tái đắc! Trót yêu hoa tôi dan díu với tình (**). Trót yêu non nước, tôi vào lính, máu đỏ trời xanh...mây cũng xanh!

Em có xanh chưa, gió lạnh rồi... Chiều nay Thu đến, đó, em ơi. Hiu hiu chút gió làm bay tóc, mô, sợi nào vương vấn tới tôi?

(*) *Thơ Lý Bạch:*

Vân tưởng y thường hoa tưởng dung,
Xuân phong phất hạm lộ hương nồng...

(**) *Thơ Cao Bá Quát:*

Giai nhân nan tái đắc
Trót yêu hoa nên dan díu với tình...

Nghe Trái Tim Mình Năn Nỉ Gió

Ba bốn tuần qua nắng rất hồng
Chiều nay bỗng lạnh tưởng mùa Đông...
Mùa Đông mới chớm thôi, nên gió
Chỉ thoáng buồn nghe như nhớ nhung...

Mùa Đông mới chớm mà thơ cũ
Đã hiện hình trên giấy trải ra
Với nhánh sầu đông vừa mới gãy
Và hoa tàn rụng, những tàn hoa...

Hoa rụng vì tàn, không phải năm
Lẽ nào mới đó, mới mùa Xuân
Lẽ nào mới đó, mùa đang Hạ
Chị đẹp khăn quàng ở cuối sông?

Cuối sông đầu núi là xa lắm
Hai chữ tao phùng mây trắng bay...
Ý cũ bỗng dưng lành lạnh mắt
Em thơ, chị đẹp sắp về đây?

Em thơ, chị đẹp, thơ Huyền Kiêu
Bỗng khiến lòng tôi xót dạ chiều
Khăn tím, khăn hồng, khăn trắng phếu
Ai từng quàng đó, lạnh bao nhiêu?

Ai hồi mười bảy xa nhà nhỉ
Chắc cũng có chiều chớp mắt xanh?
Chắc cũng có chiều nghe gió lướt?
Tàn hoa rơi rụng dưới bàn chân?

Tôi hồi ở tuổi nằm trong lính
Ôm súng tưởng mình ôm trái tim
Nghe trái tim mình năn nỉ gió:
"Đừng bao giờ lạnh tóc thề em!"

Người Ơi Cho Tôi Nói

Không tơ mây nào vương trong trời. Bầy chim vui đùa thay mây trôi. Màu xanh của lá, màu hoa đỏ, con gái hình như hoa ở môi...

Con gái hình như hoa ở tay. Bàn tay năm ngón hoa ban ngày, hương thơm nhụy thảo tung tăng bước, gió nhẹ nhàng thôi đủ tóc bay...

Không có trường nào không khép cổng. Những ngôi trường chừ như Thánh Đường, bướm bay vào đó rồi ra đó, có khác: trường không vang tiếng chuông!

Phố xá hình như thêm người đi. Các tiểu bang xa thêm người về. Cali nhộn nhịp như vào hội. Bươm bướm tìm hoa ở bãi xe...

Những con quạ và bồ câu mừng, người ta ném bánh chúng ăn chung (người ta mà nhỉ như chim chóc, thiên hạ năm châu một tấm lòng?)

Tôi nhớ trường xưa và lớp cũ, nhớ học trò, nhớ quá, ngày xưa ...Chiến tranh không có thì vui lắm. Mỗi một mùa Hè một ước mơ...

Em đi hứng nắng và hoa phượng, em chở mùa Hè tôi ra sông; con sông nào cũng chan hòa nắng và mặt em nao má cũng hồng...

Ôi những ngày xưa, quá khứ rồi. Thời tôi vào lính cũng xa xôi... Bây giờ tôi ở đây, trời Mỹ, thiên hạ vui mà tôi không vui!

Tôi không vui thì tôi nói buồn... Quanh tôi, đẹp lắm, giữa mù sương... tay tôi hụt hẫng bồng sương khói rồi úp bàn tay giữ nhớ thương!

Tôi nói gì hơn nữa bây giờ? Người ơi tôi vẽ mộng đầy thơ... Người cho tôi nói về con gái tóc dịu dàng bay như mây như tơ...

Người Ta Ơi

Nắng hay lửa mà cong queo chiếc lá? Mới hừng đông trời thả nắng đi chơi... Những chiếc lá ngửa mặt ra phơi mấy giọt sương đọng bay hơi từng giọt... Chim đâu rồi? Sáng không nghe chim hót. Sáng chỉ nghe xe lấy rác ồn ào. Lá cờ bay kia không thấy ai chào. Đất nước không chiến tranh, nắng hay mưa ngày nào cũng đẹp. Cô bé học trò tóc kẹp đứng ngó trời nhoẻn miệng cười duyên...

Một câu thơ nhắc tôi đừng quên có một thời hồn tôi bồng bềnh trong nắng, trong những ngày không còn nghe tiếng đạn nhưng tiếng lòng vỡ rạn nắng long lanh. Bốn mươi năm chỉ hai chữ Hòa Bình, cây cuốc viết trên đồng xanh chữ Nắng! Những trang giấy, những trang giấy trắng, mực tím không còn để tôi chép một bài thơ! Này em ơi cô bé học trò, em có nhớ thương ai không mà cái miệng cười duyên đẹp thế?

Ai mà biết nhỉ lòng tôi đang ở Huế, đang lúc này ngoài nớ nắng hay mưa? Có những bài thơ... ôi những bài thơ, đừng tìm nhé cái nội dung tròn trịa. Tôi vừa nói nắng bỗng chen vô cái tình cái nghĩa, tôi nói gì một em hiểu tôi thôi. Bốn mươi năm là bốn mươi mặt trời, lửa đang bốc trong lòng tôi, nóng lắm... Tôi hứng thơ từ một ngày rất nắng. Tôi nhớ người ta từ cái bóng cô đơn!

Nhật Ký & Los Angeles Trời Không Có Mây

Los Angeles trời không có mây
Ít ra thì cũng buổi trưa này!

Không mây... dù chút trên đầu núi
Chỉ khói mù... bay trên ngọn cây

Em mới cho nghe bài hát đẹp
Lời ca hay quá lòng ta say...

Em mà cô bé bên hàng xóm
Ta giương dù cho em tóc bay...

Em thời thơ mộng trên Đà Lạt
Mái tóc thề như mây trên vai...

Em thời con gái, chừ không đổi
Chỉ tiếc trời trưa không có mây!

Ta nhớ tóc em, ta nhớ lắm
Quê Hương ơi những giọt mưa dài!

Quê Hương ta bỏ đi không tiếc
Chỉ tiếc...vô cùng những đám mây!

Tranh: Phibi Duong

Nhiều Khi Một Lúc

Nhiều khi tôi thấy tôi / dễ thương... bắt phát ghét!
Muốn nói lời vĩnh biệt / với mình mà cứ quên...

Bởi vì tôi nhớ em / nhiều khi tôi lẩn thẩn / chắc có làm em giận / muốn "nghỉ chơi" người dưng?

Nhiều khi nhớ con sông / chỗ thuyền em tách bến / tự nghĩ tôi lỗi hẹn / rồi tự tha cho mình...

Những cây trúc trên Đình / phải chi đừng xanh nữa / thì tôi đâu có nhớ / chuyện tôi và chuyện em!

Tại sao tôi cứ quên / với tôi lời vĩnh biệt? Tại sao tôi không chết như những bạn trong tù?

Tôi nhớ thật, học trò, nhớ em thời đi học / nhớ em ngồi hong tóc / trên thềm nắng... ngày xưa!

Em ơi ghét anh chưa? Nói cho anh ghét với! Trúc trên Đình thật tội... nhớ ai mà xanh xao...

Nhiều Lúc Nhớ Hoa Quỳ

Nhiều lúc nhớ hoa quỳ. Nhớ lắm. Nhớ đang mùa Đà Lạt nắng vào Xuân. Biết ra đi là sẽ nhớ vô cùng, mà không đi...bây giờ mình đã chết? Những con dốc, chống cuốc lên quá mệt, vẫn cố lên, tay quẹt trán mồ hôi. Những đóa hoa bên triền núi vẫn cười – ta không thể thua loài hoa loài cỏ...

Vậy mà Đà Lạt dễ thương ta đành xa, bỏ, khi nhớ về nghe tủi hổ làm sao! Trước cõi đời biển biếc hóa nương dâu, ta có thể nào / cũng nhủ lòng cam chịu. Chuyện áo cơm chưa ai thừa, mãi thiếu, ta mơ màng một cuộc sống tha hương...

Đà Lạt ta yêu, yêu những con đường, hoa quỳ nở nhắc ta năm mới...Ta biết chớ, sống là mệt mỏi, chết vẫn mong, Trời có gọi ta đâu! Ta đã ra đi, không ai đổi áo qua cầu. Hoa quỳ nở, ngước đầu, vĩnh biệt!

Đà Lạt của ta ba mươi mốt năm tha thiết, lưng lưng tròng giọt lệ chia tay. Ai cũng mong ta nhìn thấy tương lai, ta thật lạ: nhớ hoài quá khứ! Ta nhớ ngôi trường ngói màu ngói đỏ. Ta nhớ học trò, tuổi nhỏ bình minh. Ta nhớ Hai Bà Trưng con dốc chông chênh, ai áo dài bay / trắng chiều sương khói. Mối tình đầu mình chưa kịp nói thì em áo hồng một sáng sang sông!

Nhiều lúc nói chuyện với Hà Thượng Nhân, nhiều lúc trầm ngâm bên Bác Sĩ Hoàng Văn Đức, ta nói nhiều về một đời hạnh phúc / của con người là Sống-Thác-Với-Quê Hương. Những bạn của ta đứt gánh giữa đường, ta ôm đóa hướng dương tâm sự!

Đà Lạt có con dốc Nhà Làng xuyên giữa lòng thị tứ, Lan Hinh cười: "Anh Vẫn Ngày Xưa!". Ta ngã lưng đâu nhỉ cột cờ? Ta ngả lưng đâu hỡi bờ vai / tóc thề ai bay bay trong gió? Cảm ơn nhé những đóa hoa quỳ đang nở, ở cuối trời ta thấy núi Lâm Viên. Ta thấy đây: em nở nụ cười duyên... Đà Lạt đẹp! Đẹp thua em một chút...

Ta nhớ Đà Lạt, hoa; nhớ em, mái tóc, tóc thề em sương khói mù khơi... Hoa Đà Lạt, hoa sương khói vẽ vời. Ta còn sống! Trời ơi giữa cõi đời mộng ảo!

Nhìn Đâu Cũng Thấy Màu Trong Trắng Tà Áo Bay Kìa Con Ngõ Xưa

Áo trắng ngày xưa trong trắng Huế,
Tóc thề xanh mướt trắng mây sương...
Dòng Hương Giang chắc còn lưu bóng?
Núi Ngự Bình ơi hỡi nhớ thương!

Áo trắng ngày xưa trong trắng quá
Thơ theo gió lộng thổi vườn cau:
Cháu xưa của Ngoại theo chân Ngoại,
chừ xác trôi trong biển lớn nào?

Áo trắng ngày xưa vườn cổ tích
Còn chăng huyền thoại lửng lơ trăng?
Ngũ Long Công Chúa năm viên ngọc
ai chạm rồi chưa Nguyệt mấy vòng?

Nhật Nguyệt vẫn vòng quanh trái đất,
Trái tim người Lính giữa vòng vây...
Tưởng Non tưởng Nước mình thanh tịnh,
mây trắng nỡ nào vẫn cứ bay...

Đến cái cầu không còn đứng bóng,
lưng ong đành vuốt giọt mưa sa!
Hai trăm năm hóa vòng nhang khói
Nước một dòng trôi triệu đóa hoa...

*

Nước một dòng trôi vạn nẻo về
mưa nhàu bão cuốn dọc đường trưa...
Nhìn đâu cũng thấy màu trong trắng
tà áo bay kìa con ngõ xưa...

Nhốt Gió Giữ Mùi Hương

Ai biểu em mang kính, đôi mắt của em đâu? Hỡi đôi mắt bồ câu đen như màu tóc ánh, hỡi cặp môi hồng lạnh vắng cái hôn mùa Hè...

Em sắp sửa đi về cho nên em mang kính? Những gì em toan tính là xa anh, phải không? Những đám mây bềnh bồng, tóc em rồi cũng vậy...

Đường em về nắng cháy, mắt kính sẽ che trời, che dòng nước chảy xuôi cho tương tư trôi ngược...

Em ơi anh nhớ bước của em đi trong vườn. Em ơi anh nhớ thương những gì em để lại...

Chút mùi hương con gái, chút tuổi dại môi chu mà vạn vạn bài thơ đóng khung em còn rộng...

Lát em về gió lộng, đường xa ơi đường xa, bóng em mờ như hoa em cầm sang bến nước...

Anh lỡ đò lại bước đi lang thang trong vườn, nhốt gió giữ mùi hương đuổi chuồn chuồn bay hết...

Em mang kính em đẹp. Không có ai đẹp hơn bằng người yêu anh thương, bằng người mơ trong mộng...

Như Chim Trời Xếp Cánh

Như chim trời xếp cánh, tôi xếp đời thơ tôi đem vào trong huyệt lạnh chôn theo với nụ cười...

Vườn thơ hoa hết nở, bươm bướm không còn bay, còn chăng muôn hướng gió vẽ ra muôn đường mây...

Như ước mơ rất đẹp đứt gánh nửa chừng Xuân, giấy hoa tiên hết chép những chuyện tình dương gian...

Thơ tôi còn hơi thở cuối cùng như thế thôi. Tôi biết em không nhớ những gì tôi nói đâu!

Tôi gối đầu trên đất, tôi khép mắt lạnh lùng. Giấc ngủ quên có thật, nàng Bạch Tuyết trong rừng...

Bảy Chú Lùn đi dạo, hết rồi ở đời nay. Thơ chỉ là cổ tích... những tờ giấy chuyền tay!

Chim trời xếp cánh, được; thơ vỗ về cho ai? Em cứ chải tóc mướt. Tôi nhớ em tóc bay...

Hiếm người chờ trăng hiện, hiếm người đợi hoa khuya... Coi như tôi lạc bước trên lối khuya tôi về...

Cảm ơn đóa hoa ngọc ép trong thơ Thiên Thu. Cảm ơn em nước mắt cho tôi lũng sương mù...

Những Dòng Thương Dòng Nhớ

Anh nói thiệt: Nhớ hai bàn chân em lắm – hai bàn chân bước nhẹ giữa mùa Xuân! Con ngõ nhà anh hoa nở bao lần mà chắc cũng như anh... nhớ em, những lần em bước!

Áo dài em! Đẹp ơi làn gió ngược bay lên trời cả mái tóc em xinh! Anh không là Họa Sĩ không sao họa được tấm hình – anh chỉ làm thơ nên cảm tạ trời xanh sinh ra em có đôi môi hồng thắm!

Tấm chân tình của anh có ấm tấm lòng em một chút không em? Mấy hôm nay em chôn anh bên thềm... em xa lắc để chân mây vời vợi! Người lính, lính nào, chỗ hiểm nguy cũng tới... thế mà chân mây chỉ nở những hoa mây!

Anh nhớ em, nhớ cả hai bàn tay! Ông Trời ngộ sinh bàn tay em năm ngón... Hai bàn tay em vịn cái nón mù sương! Anh nhớ em – anh dán mặt lên tường câu khẩu hiệu: Anh Yêu Em Mãi Mãi!

Ai biểu em được sinh làm con gái để anh thề chê hết thẩy giai nhân?

Anh nói thêm: Anh Không Phải Nhà Văn! Em Trọn Vẹn Rồi Những Dòng Thương Dòng Nhớ... Màu trời chiều có khi xanh xanh đỏ đỏ...em có chờ không vậy lúc hoàng hôn?

Nóng Lạnh Hai Miền

Michigan bốn mươi sáu độ. Cali thì nóng một trăm. Cali và Michigan, một ngàn dặm dài thăm thẳm...

Nóng lạnh hòa nhau thì ấm... mà ngàn dặm cứ chia đôi. Thế giới biết bao cảnh đời... mà khóc mà cười, hai tiếng!

Trời Xuân ở đâu én liệng, mình thì mây trắng bay bay. Nơi em không lạnh một ngày kể từ hôm nay tới Tết.

Em hỏi là anh có biết em đang ngồi ở đâu không? Tưởng tượng hai má em hồng, gió lén hôn em thềm vắng...

Phải chi anh hái được nắng gửi lên chải mượt tóc em. Phải chi anh đuổi được chim – những con di điểu đây nhỉ?

Cali nóng nhiều không phỉ lòng anh nóng ruột nhớ ai. Nóng lạnh trời đã chia hai, phần em phần anh, số phận!

Anh làm bài thơ có vận, bỏ vào ý tứ lung tung. Tưởng tượng hai má em hồng, tưởng tượng mà hôn chẳng được...

Chỗ em ở trời lạnh trước, chỗ anh ở trời lạnh sau, vài tháng nữa lạnh giống nhau... không cần nhìn hàn thử biểu!

Lúc đó nhớ nhau vẫn thiếu một người kề cạnh nhỏ to. Lúc đó anh vẫn còn thơ... nói với em mình xa cách!

Anh đi đếm từng viên gạch, gạch vuông vức lót mặt sân. Anh nhớ em từng bước chân, đếm hoài và không hết gạch!

Nước Chảy Mây Bay

Tôi hay tửng tửng nói gì đâu đâu...
Nước chảy qua cầu
Mây bay đầu núi
Em ơi đừng hỏi "anh nhớ em không?"

Ôi gió rừng thông hay nàng chải tóc?
Em ơi Cầu Đất đồi trà vẫn xanh?
Thông xanh, trà xanh, em anh mắt biếc
Đà Lạt tha thiết chừng nao anh về?

Nhớ mải nhớ mê tóc thề em thả
Đời có chuyện lạ: mười bảy lấy chồng!
Tóc em bềnh bồng hôm em xuống bến
Em đi em đến, lưu luyến làm chi?

Mạ lau khóe mi, Ba châm điếu thuốc
Gió không thổi ngược, đò ngang gió xuôi...
Tôi nói hoài thôi những câu tửng tửng
Lính nghe chưng hửng: "Chuẩn Úy mình điên?"

Ba năm bưng biền, sáu năm hậu cứ
Người đi người ở, bao nhiêu tàn nhang...
Nhiều lúc lang thang, nhớ Đơn Dương quá
Hái từng chiếc lá ghép tên người yêu...

Tên em Diễm Kiều, tên em Diễm Lệ
Tên em gì nữa cho anh nhớ thêm!
Nhìn trăng tưởng em mà ôm chẳng được
Bèn châm điếu thuốc thả khói qua sông...

Khói bay từng vòng khói bay từng vòng
Em ơi có lòng nhớ anh một chút
Bà Trưng con dốc gót em chừ đâu
Nước chảy qua cầu mây bay trên núi...

Ôi Ai Áo Đỏ Áo Hồng

Không một áo đỏ, mà hai. Nhìn hoài không biết là ai của mình. Bao năm ngồi tạc chữ tình, non xanh đá lở, núi hình đậm thêm... Nhủ lòng thử gọi tiếng em, biết đâu có một nụ duyên rớt về.

Nhớ xưa, mình nhớ tóc thề mà nay tóc ấy buộc kìa, là sao? Hay là cắt tóc cho cao để cho gió khỏi làm chao lòng người? Hay là một hóa thành đôi cho điều ảo tưởng một trời đất chung?

Ôi ai áo đỏ áo hồng có qua sông nhớ để lòng bến xưa, để chiều lát nữa có mưa tôi giương ô sẵn để chờ ai che...

Ôi Cảnh Biệt Ly Sao Mà Buồn Vậy

Đò qua ngang sông rộng gió lộng tóc em bay. Đò xa bến chiều này, gió muốn em ở lại... thế mà em không ngoái mặt nhìn ai nữa, thôi!

Đò đã qua sông rồi, con đường cây mở cửa, em xa rồi, muôn thuở, buồn từ buổi chiều nay! Buồn từng mỗi lá cây, buồn đầy hai con mắt...

Anh cầm như em mất sao trái tim anh còn? Anh cắn lá, nghe giòn, anh cắn em mà được, thả hoa sen từng bước cho nàng, đó, Tây Thi!

Mây bay đường mây bay. Nước chảy theo dòng nước, yêu em nghìn thuở trước, gặp lại đời sau không? Mai sau mình là vợ chồng, cầu xin cho được như lòng ước mơ!

Ước mơ để vào thơ, những bài thơ vụng dại, từ em hồi con gái đến lúc em xa vời, còn lại anh, đất, trời, còn lại sầu bát ngát... Anh nhớ ơi bài hát, em hát cho... Tình Xa...

Anh nhớ em bao la! Con đò ngang sông rộng. Nước sông buồn nổi sóng, em vọc tay, có tê? Thương lắm mái tóc thề, em cắt rồi, vương vãi. Nơi em về xa ngái... hoa đào cũng nhớ theo!

Em nghe chớ, chim chiều hót lên lời não nuột? Kim Long và Đại Lược coi như ngã ba đường. Có ai xa không buồn? Biệt ly ôi buồn vậy...

Rồi Tiếng Chim Chìm Theo Bóng Mây

Sáng nghe chim hót vang trong vườn / như vậy đêm rồi không mưa, sương? Chồm dậy, ngó ra, ngày có nắng, câu đầu tiên thốt: Ôi Em Thương...

"Đêm qua nằm mộng thấy Thương Thương, má đỏ au lên đẹp lạ thường!", Hàn Mạc Tử mơ... và thấy mộng, mình – đêm qua, mộng đã đi hoang?

Nếu không nghe nhỉ chim vang động, không thấy vườn cây / cây rung rinh / mình chắc ngủ thêm vài tiếng nữa, không chào em được lúc bình minh?

Rất nhớ thương em, không thấy mộng, suốt cả đêm dài, sao – tại sao? Có phải tại tình chưa chín tới? Hay là tại ngủ không chiêm bao?

"Đố ai nằm ngủ không mơ" – Câu ca dao đó có bao giờ? Đêm qua, không thấy em đâu cả, chừ thấy buồn ghê, buồn thẫn thờ...

Mà ngủ tiếp thêm, không thể được, ra vườn tìm dấu gót chân son... Đêm qua em chẳng về trong mộng, có thể em đi dạo ở vườn?

Đêm qua nằm mộng... thấy em... thì / có chắc gì chim vui hót kia? Hiếm có mùa Đông trời có nắng... Nắng và gió thổi tóc em bay!

Câu đầu tiên thốt là thương nhớ, câu kết bài thơ: Thương Nhớ Em! Nhiều lúc nhìn ra ngày nắng đẹp, mơ hồ em ở mãi trời Tiên!

... Và, anh thì vẫn trên trần thế, thơ chẳng thiêng như ý đã cầu! Cũng tại em sang đò quá sớm, ngày qua ngày tới... khác chi đâu!

Tiếng chim vang động trên nhành liễu... rồi tiếng chim chìm theo bóng mây...

Rưng Rưng Chiều Mưa

Em biết gì không? Gặp em bữa nọ, anh quên gì đó, về cứ bâng khuâng...

Mưa chiều rưng rưng càng làm anh khổ. Một giọt mưa nhỏ mà buồn bao la...

Chỗ em không xa, chỗ anh gần gũi, sao ngày sớm tối chỉ thấy mây bay?

Tình như có dây buộc ràng nỗi nhớ. Anh quên gì đó, nỗi nhớ phải không?

Em ơi xoay lưng cho anh nhìn thử, tóc em hay gió rung rinh hàng cây?

Em ơi ngửa tay cho anh được vuốt năm ngón tháp bút, từng đỉnh lâu đài...

Ai vẽ cho ai ngôi lầu tình ái? Ai đi trở lại bến đò ngày xưa?

Em thấy rồi chưa, anh quên gì đó, gặp em bữa nọ thật, hay hão huyền?

Em vẫn rất duyên như hồi con gái, anh thì mãi mãi ngựa phi đường xa...

Mình rời tay ra, em ơi anh đã để lại trên má... trái tim của anh!

Trái tim mong manh, em giữ giùm nhé... Giữ tiếng chim sẻ hót mỗi bình minh...

Giữ cái giật mình: Gặp nhau chi nhỉ? Năm châu bốn bể, trái đất tròn vo...

Tim anh là thơ, chứa đầy trong đó, không chỉ bữa nọ mà suốt đời em...

Khi anh nói quên là nhớ em lắm, nhớ bàn tay nắm, rưng rưng chiều mưa...

Tất Cả Đều Xa Xăm

Em ơi anh đã nói anh yêu em vô cùng. Em nghe chứ tiếng lòng của anh chiều hôm đó... Ai biểu em ngang ngõ hoa vàng nở vì em! Ai bảo em là đêm cho anh nhìn trăng sáng? Tại em, anh lãng mạn làm thơ cho em hoài...

Nhìn một cơn gió bay, tóc thề em trong gió... Anh muôn năm cổ độ nỡ nào em không về? Anh muôn năm bờ tre, lá kìa ai đếm được? Ngọn dừa xanh lá mượt, em ơi tình yêu ơi! Mái ngói Đình mưa rơi, biết bao nhiêu giọt lệ, biết bao ngày bóng xế, thời gian và thời gian...

Đường Bà Trưng thênh thang, dấu chân voi lịch sử, mà sao anh xa xứ, bốn mươi năm, nhiều hơn? Hai cây đào dễ thương, nở hoa từng Xuân mới, nào ai ngồi đó đợi một người trong chiêm bao? Em ơi nụ hoa đào, nụ hôn nào chưa thắm? Gừng cay và muối mặn, ước chi tình trăm năm...

Tất cả, đều xa xăm chỉ có thơ gần gũi.
Chỉ có anh lầm lũi, cuối đời trong khói sương...

Thơ Viết Cho Đà Lạt

Em có mái tóc dài đẹp nhất trên Đà Lạt. Chiều nay gió thơm ngát, anh nhớ em biết bao...

Đà Lạt mình hoa đào tháng Giêng là đỏ rực. Em là người duy nhất, anh nhớ về Quê Hương...

Có thể ai đó buồn? Mạ Ba, anh không nói, bà con không thăm hỏi, trường xưa không ngó qua...

Em à, anh ở xa, chuyện gần thì tha thiết... Anh biết ngày ly biệt, anh mất, mất hết rồi...

Cả dòng suối xanh, trôi... Cái cầu cây thông ngã... Bà Thượng cõng bó lá về che lại túp lều...

Mấy đứa nhỏ chạy theo... con chó nhỏ lí lắc... cái gì còn cũng mất... cái chưa mất là còn...

Là em nhé, là thương! Cái gần anh trước mặt: một Đà Lạt tím ngắt nắng chiều hồ Xuân Hương...

Mái tóc em: nguồn thơm của con khe xã Lát, nước chảy chưa về thác, róc rách nghe vui vui...

Anh nhặt bỏ vào gùi sương trời, anh nói tóc... và em ơi, anh khóc... tóc em kề bên anh...

Chiều nay nắng long lanh đọng trên từng nhánh liễu, anh nhớ em yểu điệu như nàng Tiên Bích Câu...

Bích Câu chừ ra sao? Đồi Cù ai lượm bóng... ai thấy lòng xúc động như anh từng thấy em?

*

Anh muốn nối dài thêm bài thơ này... bất tận. Nhưng em ơi, giọt nắng rớt đầy trong mắt anh!

Tóc em gió vờn quanh...
Chỉ là cơn mộng tưởng...
Ngôi trường xưa thấp thoáng...
Em tan trường tung tăng!

Ôi tất cả giai nhân chỉ mình em con gái... Thơ anh bài để lại là bài nhớ về em! Về em... một bóng chim mịt mờ trang cổ tích!

Thế Kỷ Muôn Năm

Tóc mai sợi vắn sợi dài
Ở nhau chẳng đặng, thương hoài ngàn năm...

Em rất dễ thương ơi! Nhiều khi buồn gọi sảng. Như hôm nay, từ sáng, tới trưa, chưa mặt trời!

Em rất dễ thương ơi, phải chi mưa vài giọt. Nước mưa dù không ngọt nhưng cũng đỡ đắng lòng!

Nói vậy em buồn không? Trời đâu đã mùa Đông, xin em đừng nhăn mặt. Anh nghĩ tới hoa hồng!

Em là hoa anh trồng hay là hoa ai tặng...Sao hôm nay im, vắng – ngày của Mẹ, buồn hiu!

Ngày của Mẹ, từ chiều chắc nhà hàng mới rộn. Các con đãi Mẹ món...món gì nhớ suốt năm?

Gió! Ôi gió thong dong, gió như người đi dạo. Bầy quạ như bầy sáo, qua sông rồi không về...

*

Ngày, một ngày lê thê. Ngày này, Ngày Của Mẹ. Mẹ là trời là bể. Hết Kinh rồi tới Kệ, ông Sư ngồi miên man...

Trời không nắng vẫn tan – tan một ngày ảm đạm. Anh đi bật đèn sáng. Gọi em, dễ thương ơi!

Lát nữa, nửa đêm rồi, anh mơ ngày mai mốt. Em là Niềm Sốt Ruột nói với ai bây giờ?

Gió! Ôi gió bay thơ của anh thời vụng dại. Em làm anh nhớ mãi sợi tóc mai, bình minh!

Đám tóc mai ai nhìn thấy ngắn dài không nhỉ? Em là em-Thế-Kỷ sao là người-Muôn-Năm?

Thứ Bảy Ngày Cuối Tuần

Thứ Bảy. Ngày cuối tuần / thân ái chào Buổi Sáng!
Với chút lòng lãng mạn / tôi nói cùng thời gian...

Tôi nói với hoa vàng / đóa hướng dương vừa nở /
tôi nói với bướm đỏ / vừa mới chao mình bay...

Và...Tôi nói với ai / anh hôn mình trên tóc / anh dìu
mình từng bước / anh tặng mình này hoa... Mình...
Là người rất xa. Tôi... Là mình cái bóng. Có lời nào
cảm động / làm cái bóng lung lay?

Con chim chuyền trên cây / rồi bay, bay đi mất.
Ngọn cỏ gió phơ phất / tia mặt trời rung rinh...

Buổi sáng...Buổi bình minh / bắt đầu thơ tôi đó! Ai?
Lòng ai có nỡ / không cho tôi hồi âm? Computer
âm thầm / chuyển lời chào hằng bữa / cửa thời
gian rộng mở / bóng thời gian ở đâu?

Tôi đọc tin đầu ngày / post trên tờ báo mạng. Bản tin buồn buổi sáng / về cơn bão Sơn Tinh... .

Tôi nhìn những bức hình / chụp cảnh nhà bay nóc / tôi nghe những tiếng khóc / vang lên từ Việt Nam.

Một ngày tôi sang trang / giống như ngày hôm trước. Nói với ai mà được: "Anh buồn xuôi tóc em!"

Thương Em Bài Thơ Gió

Những con chim di điểu từng lượt lượt bay về...
Đầu năm nắng không mưa, mùa Xuân trời đã ấm.

Nam Bắc đều thăm thẳm, thương quá đàn chim bay. Chúng không đậu xuống đây, chúng còn bay xa nữa...

Em chải đầu đứng ngó. Chim bay em muốn bay...
Đây nắng Xuân chưa đầy? Đây chỗ về chưa phải...

Anh từ đi chưa lại chỗ mình gọi Quê Hương! Nhìn thấy em mà thương... nhưng Nước Non buồn lắm!

Tóc em anh muốn cắn. Thôi để nắng khô em... Đôi mắt em ngước lên, nước mắt anh nhỏ xuống...

Hãy coi như Xuân muộn...
Đường xa đường còn xa...

*

Ai cũng có Nước Nhà, sao đoạn đành xa nhỉ? Mới
mà hai Thế Kỷ... biết bao nhiêu mùa Đông?

Đàn di điểu bay chung... ai thì... riêng... không thấy!
Em tóc bay, tự chải. Anh, mây đuổi... cứ bay!
Đàn di điểu hôm nay là loài chim thế giới!
Đàn di điểu vườn Ngoại, Ngoại còn đâu mà về?

Thương em lắm tóc thề sương Lang Bian Đà Lạt...

Dốc Nhà Thờ tản mát những mù sương năm xưa...
Thương em không bến bờ.
Thương em... thơ, hay gió?

Tiếng Chuông Trong Ngày Mưa

Em ơi ngàn năm ơi! Anh nói chi mà thảm! Anh bao nhiêu tuổi rồi / hỡi mưa phùn gió cuốn / hỡi tóc người trong mơ / có bao giờ trời mưa / tóc kia nằm sóng soải / bờ vai ôi em thương!

Anh đang đứng giữa đường / hứng mưa phùn chợt nhớ / Sài Gòn hai mươi năm / hồi đó em bước thầm / trong bài thơ Kim Tuấn / hồi đó anh ngường ngượng / yêu em mà ngó lơ. Ôi Sài Gòn mưa mưa, những cơn mưa rất nhỏ / thật hiếm hoi trong đời. Anh đâu ở đây hoài / chỉ là người ở đậu / lòng như mây nương náu / hợp đó rồi tan thôi! Còn em, đây suốt đời / yêu em nên ngường ngượng / nói ra sợ nghẹn lời / anh vẫn nghĩ mệnh Trời / dành cho anh mệnh yểu / tuổi bao nhiêu vẫn thiếu ngày ngàn năm ngàn năm...

Những bước những bước thầm. Em đi như thế đó. Hàng me xanh lâm thâm. Lá me đầy trên áo.

Áo em trắng một dạo / một thời cô nữ sinh. Áo anh lem luốc sình / một thời non nước loạn. Cảm ơn em chiếc nón / che một khoảng trời mưa. Anh đi như khách đò, hai đứa mình chung chuyến. Em là niềm lưu luyến mình anh biết tương tư!

Sài Gòn mưa mưa mưa / nhớ em từ hồi đó. Bây giờ anh giữa phố / thấy ai kìa trong mưa... Ngàn năm đã tới chưa / gọi em vừa ướt mắt! Có hay không có Phật? Có chăng đời kiếp sau? Tiếng chuông Chùa rơi mau / rớt chỗ nào thăm thẳm...

Tình Nhớ

Tình đã gần đầy tuổi mà chẳng thêm ly nào. Nhớ thì sao lạ quá! Nhớ cả trong chiêm bao!

Nhớ cả sợi tóc rụng. Nhớ cả chéo áo chùng. Nhớ cũng làm lúng túng, nói gì như nói... không!

Biết người ta cái bóng, mà hết nắng thì thôi! Biết là yêu-vô-vọng, đợi chi câu trả lời!

Mà hình như chưa hỏi "em có yêu anh không?". Mà hình như vời vợi, đây với đó vô cùng!

Nhiều khi buồn năn nỉ "Thôi đừng nhớ người dưng!". Ôi người dưng khác họ, ai biểu xếp hàng chung?

Một năm dài thậm thượt, tóc người ta cắt hoài. Giày người ta cao gót, mình hết cao hơn ai!

Nhiều khi như con nít đi chơi với con mèo. Yêu trăm lời tha thiết còn hai tiếng meo meo...

Nhiều khi ra hồ nước nhìn nước xanh-trong-xanh. Nhớ làm sao đôi mắt của người ta long lanh...

Nhớ làm sao hồi đó, ở Sài Gòn... dễ thương, nói gì thì cũng hứa "anh với em chung đường".

Những cây me hồi đó, lá chắc còn đang bay. Ôi người yêu hồi đó... bây giờ đang ở đây!

Nhiều khi ngồi tưởng tượng mình lạc trong rừng sâu, ngàn tiếng kêu thảng thốt mà người ta ở đâu?

Kìa người ta đi đó. Giày cao gót kiêu kỳ. Kìa môi son đỏ thắm. Thấy mình mà cứ đi...

Ở thì thôi vạn dặm, em mỏi chân thì về. Anh vẫn trong thăm thẳm, buồn, nhai từng lá me...

Tình Xuân Trong Ngày Hạ

Em hái một lá sen
Em che ngày mùa Hạ
Em có chiếc nón lá
– Chiếc nón lá tự nhiên!

Em mỉm nụ cười duyên
Như hoa sen còn nụ
Nụ cười em sẽ nở
Cũng giống như đóa sen!

Em ơi, anh yêu em
Nói làm sao cho hết?
Trước đồng sen, em đẹp
Anh tưởng anh trong mơ...

Bởi... em hóa thành thơ
Mà... thơ thì thơm ngát
Anh nghe em tiếng hát
"Rồi dập dìu mùa Xuân chim én về..."

Thương quá mái tóc thề
Em bay trong ngày nắng
Cả đất trời im lặng
Nhìn em trong nắng thơm!

Ôi một ngày dễ thương
Đó, một ngày mùa Hạ
Với em, một chiếc lá
Che mát tình muôn năm!

Tình Yêu Mà Bày Tỏ Nhiều Khi Nó Hết Duyên

Một ngày có bệnh,
nhiều ngày không có bệnh,
tất cả đều đã qua!
... như mây qua thành phố!

Mỗi ngày nhìn thấy cỏ
còn xanh là còn Xuân
coi như Hạ, Thu, Đông,
không chờ thì không tới...

Ai cũng lòng phơi phới
chắc đời không có buồn?
Mà tại sao thơ tuôn
có lời buồn mới đẹp?

Những bài thơ em chép
thuở mười lăm dễ thương!
Giống như nước trên nguồn
trong veo khi mình múc...

Mà lạ, sao em khóc
nước mắt cũng trong veo?
Ca dao có Chiều Chiều
ra cửa sau đứng ngó... (*)

Những giọt lệ em nhỏ
xuống bàn tay dễ thương!
Mười ngón tay dễ thường
có bài thơ nào nhắc?

Anh gọi em Đà Lạt
hoa quỳ nở mùa này
nắng buổi sáng trên mây
tóc em đùa trên đó...

Tình Yêu mà bày tỏ
nhiều khi nó hết thiêng?
Anh biết em làm duyên
nói giả đò, chớ bộ...

(*) *Ca dao:*

Chiều chiều ra đứng ngõ sau
Trông về quê Mẹ ruột đau chín chiều!

Tóc Bay Gió Lộng

Em ngồi ngó mặt trong gương, chải mớ tóc rối, rẽ đường con ngôi. Cái gì rồi cũng chia đôi, chuyện Non Nước với chuyện Người... phân vân!

Bây giờ đã hết mùa Xuân, trời đang tiết Hạ, Thu chừng sắp sang. Ngoài sân gạch đỏ lá vàng đã bay lác đác, mơ màng chiều chưa?

Em nhìn em vẫn như xưa, khác chăng trán đẫm giọt mồ hôi lăn. Chỗ nào thì cũng Việt Nam, chỗ mơ mộng tới buồn chan chứa buồn!

Phải chi là nước trên nguồn, là mây trên núi, là sương trên rừng... Phải chi đi chẳng có dừng, sắc không không sắc cứ cầm đi chơi...

Úp vào ngực tấm gương soi, tiếng tim đập vọng tiếng đời áo cơm. Tóc rồi có chải cho suông, mồ hôi liệu có hết tuôn xuống đời?

Nghĩ xong em bật tiếng cười, khoác chiếc áo vội ra ngồi vào xe. Sáng đi chiều tối lại về, tóc bay gió lộng tay đè vẫn bay...

Tranh: Phibi Duong

Tóc Của Huế Ngàn Ngàn Năm Trước

Ngày đầu tuần, mặt trời lên sớm quá!
Mới tinh mơ bầy quạ đã kêu vang
Cả thành phố ai ai cũng vội vàng
Đuổi cho kịp miếng cơm manh áo...

Và như thế, cõi trần gian bát nháo
Lại bắt đầu một cuộc sống xôn xao!
Người ta nghe good morning, những tiếng chào
Người ta thấy những nụ cười nở trên xe bus
Ngày đầu tuần chuyến xe nào cũng ngợp
Dừng khá lâu và chạy đi rất mau...

Giàn bông giấy cạnh nhà tôi đẹp sao
Hoa nở rực đỏ cái màu của nắng
Cô hàng xóm bước lên xe lẳng lặng
Ngày lăn theo bốn bánh xe lăn...

Tôi chỉ thấy sau lưng mái tóc của nàng
Tóc của Huế ngàn ngàn năm trước!
Tôi lắng tai nghe tiếng chân nàng bước
Đã không còn, còn chiếc lá vừa rơi...

Bầy quạ đã bay xa, xa thành phố rồi
Trên mái ngói đôi bồ câu dan díu
Chúng nói gì chỉ nghe líu ríu
Chúng nói gì mà nắng rưng rưng...

Tóc Em Mà Hóa Trời Mây

Sáng nay nhìn em chải tóc. Em cười thật đẹp trong gương. Anh viết chỉ một chữ Thương rồi đem ra phơi nắng sớm...

Nụ cười em như hoa chớm nở chào thế giới bình minh. Và tóc của em, biển xanh, khiến anh nhớ ngày vượt biển.

Mấy mươi năm qua chưa biến cái hình của những đảo hoa. Mấy mươi năm đã trôi xa, nụ cười của em: Hy Vọng!

Ôi chao thương sao đời sống! Chúng ta đã tới... mặt trời. Anh nhớ lại những nụ cười không riêng của em hồi đó...

Và tóc em bay trong gió. Chữ Thương anh viết bằng môi. Em ơi em ơi em ơi, Tình Yêu hiểu sao cũng đẹp!

Sáng nay đường xanh cỏ biếc. Mùa Xuân mùa Xuân mùa Xuân... Em đứng chải tóc thật gần mà anh nhìn xa muôn cõi.

Ước gì những gì sắp nói làm vui thêm một ngày vui! Ước gì Quê Hương xa xôi cũng chỉ một trời Nhân Ái!

Chúng ta đi rồi trở lại, chỗ mình sinh ra nha em! Chúng ta có đi xa thêm, nghĩ rằng Quê Hương bước tới...

Ngồi nhìn mặt em tươi rói. Ngồi nhìn em nụ cười xinh. Anh biết ơn hoài bình minh cho tình anh luôn thắm thiết...

Một ngày kia anh sẽ chết, chữ Thương còn mãi bên em, bên nắng soi nghiêng mái hiên. Bên đời Trái Tim còn đập! Bài thơ này làm không gấp bởi em chải tóc chưa xong! Anh nghĩ tới dòng Cửu Long, ôi chín con rồng đang quyện...

Tóc em là Niềm Lưu Luyến cho anh viết chữ rồng bay.
Tóc em mà hóa trời mây, đi đâu anh nhìn cũng nhớ...

Tóc Gió

Chưa bao giờ như trưa đó gặp em:
Gió nhiều quá! Tóc em hình ảnh gió!
Đường gân xanh trên tay em thật rõ
Nỗi nhọc nhằn không ngọn gió nào bay...

Anh hẹn em có hơi muộn trong ngày
Em bỏ việc và hai tay bưng tóc...
Thường gặp nhau thì người ta hạnh phúc
Anh với em thì chẳng gặp nhau luôn

Tưởng là vui nhưng trưa đó em buồn
Em sợ anh không thương-em-nhiều lắm!
Gió chỉ làm trái tim anh thêm cảm
Thêm vì em mà ghét gió, thương em!

Anh dìu em đi suốt một hàng hiên
Anh dìu em đi suốt con đường gió...
Và buổi trưa, buổi trưa bữa đó
Gió lộng hành một chút thử lòng anh.

Cảm ơn Trời! Cảm ơn tóc em xanh
Hình ảnh gió nên hình bài thơ mới...
Gió có thể làm cho em chới với
Gió cũng làm mình tới với nhau nhanh...

Cảm ơn Trời! Cảm ơn em tóc xanh
Anh vuốt nhé! Vuốt cái hình thương nhớ!

Gió có thể làm rơi hoa trên cỏ
Gió không thể làm em xa khỏi đời anh!

Tóc Gió Bay

Ôi tóc gió bay
Tôi nói với ai, không biết nữa, câu này
Khi nhìn trong nắng, nhìn trong gió
Em! Tóc em bồng trong gió bay...

Em! Tóc em vàng chi một nửa
Nửa kia xanh biếc nhớ nhung hoài
Phải chi có lược em cầm chải
Và có lòng gương em đắm say!

Em giận hờn ai em một mình
Nửa bồng mái tóc nửa trời xanh
Lòng anh nguyên vẹn em mười sáu
Cuốn vở còn thơm một chữ Tình!

Em cô học trò đi đã thương
Dáng em nũng nịu đóa hoa hường
Làm sao quên được ngày tung gió
Suối tóc em vàng bao tơ vương!

Ôi em con đường mùa Xuân nào
Ôi em Ba trồng chi cây đào
Anh đi qua rồi anh trở lại
Nhân diện đào hoa mây nao nao...

Nhân diện đào hoa hà xứ khứ
Con sông buồn hiu bến đò ngang
Từ khi em qua bờ bên kia
Con đa đa anh mong không bay về...

Con đa đa con đa đa
Tóc em gió lộng mưa ôi là
Bao nhiêu giọt nước bay vào mắt
Từ đó ngàn năm anh xót xa...

Anh gọi tên em anh gọi khẽ
Mà vang vang vang trời mênh mông
Mà con sông Hương chiều gió lộng
Bay mất đâu rồi tóc với trăng?

Tóc Mai Sợi Vắn Sợi Dài

Mỗi ngày em vẫn đều lên lớp, và, mỗi ngày, em vẫn mỏi chân! Anh mở bài thơ, câu chấm, phết – thơ còn ngừng nghỉ, em thì không!

Trời ạ, em ơi, em khổ quá, từ mười lăm tuổi tới bây giờ và bao giờ nữa, khi em quỵ, anh đứng đâu chờ em? Giấc mơ?

Từ mười lăm tuổi, em cô bé, ngày bán bưng, đêm học một mình. Em có khác chi con Cút Cụt "Thưa bà, tui lớn một mình ên!".

Em thừa chữ nghĩa đi lên lớp dạy học trò cho hết kiến văn. Em lấy đôi chân làm điểm tựa, Đời em đứng vững ở đôi chân!

Trước em, anh chỉ là cơn gió, thoáng nhẹ, đùa bay chút tóc mai. Mà ngộ, vắn dài đâu có biết lòng mình ngơ ngẩn nhớ thương ai...

Lòng anh xuất phát từ em đó, cũng tự từ em, anh ngã lòng, ngã xuống giống như người lính trận ngớ người kéo đứt sợi dây cung!

Lòng anh đứng trước lòng sông biển là trước em, thành giọt nước mưa. Em có lạnh không tròng mắt biếc mà sao bát ngát một trời Thơ?

Hồi nãy, em thưa: "Em đến lớp" rồi thì em đạp máy xe đi... Anh nhìn theo khuất vài con phố. Tan học, chân em chắc não nề?

Tan học, em về, ngâm nước muối, bàn tay năm ngón búp măng ơi! Không ai ve vuốt chân em nhỉ! Anh ở xa xôi, tận xứ người...

Tóc Ngắn

Tóc em đang dài đẹp
Cắt ngắn đi làm chi
Cho anh hết muốn đi
Nhìn em mê mẩn mãi...

Em vẫn là cô gái
Bí xị chút thôi mà
Tóc dài che miệng hoa
Tóc ngắn...thì che nắng!

Tóc dài tình đã nặng
Tóc ngắn tình không vơi
Gặp em dẫu giữa đời
Thấy mình như trẻ lại...

Em vẫn là cô gái
Dẫu không tròn trăng xưa
Ai cầm một chiều mưa
Anh ngẩn ngơ tới tối...

*

Tóc em ngắn hết rồi
Anh vuốt cho em nghe
Cười lên cho anh đi
Kiếp sau anh về lại...

Tóc Người Ấy

Em không thích tóc dài
Nên cắt ngắn như con trai
Em giống Trần Văn Trạch
Ngày xưa, có một thời...

Tóc em dài em cài hoa lý
Tóc em ngắn, em cài hoa quỳ chịu hôn?
Mình đi về Đơn Dương
Em sẽ hiểu vì sao anh làm thơ đề tài non nước...

Xe lửa không còn
chuyến xuôi chuyến ngược
Anh nhớ từ kiếp trước
Anh gặp em ở đây.

Hồi đó đèo Ngoạn Mục, đèo mây
Con chim bay không thấy cành để đậu
Một nụ hoa quỳ khi không nó bấu
Hạt giống hoa tung khắp núi rừng...

Anh gặp em, người dưng
Tới đây từ cánh đồng Quảng Thuận
Hoa quỳ nở anh đưa tay hứng
Mái tóc em lúc đó nửa vời...

Nụ hoa quỳ không rời
Mái tóc em đẹp lạ!
Tóc demi-garçon chờn vờn như lá
Lá mùa Xuân vừa vỡ mầm non...

Lá mùa Xuân và tóc demi-garçon...
Hoa thiên lý thành hoa quỳ nhé
Em ơi em thơ anh không thể
Còn chữ nào tô điểm em thêm!

Em là duyên, nụ duyên con gái
Có dáng hình làm con trai ngẩn ngơ
May anh gặp em từ ngàn xưa
Thời rừng thông Đơn Dương còn huy hoàng
tráng lệ...

Tóc Thề Em Buông Thả Bờ Vai Hoa Phượng Rơi

Tháng năm... năm nào cũng / nóng đến nỗi phát run! Nóng đến nỗi lạnh lùng... vì không ai tâm sự!

Mặt trời... mặt trời đỏ. Cái chảo lửa trên không. Có thể có cháy rừng... hàng năm đều như thế!

Vẫn phải sống ngạo nghễ... sau Ngày Mẹ tới Cha... hai vòng ôm đã xa / thì bày con tự liệu!

Nhiều khi nhờ chữ Hiếu / người ta thấy mát lòng... tự nhủ còn con sông / để đứng nhìn ra biển...

Thương những người lính chiến – họ vẫn mặc áo dày, vẫn đi đó đi đây... vẫn bầy chim di điểu!

Trái đất tròn hay méo / ở cái miệng người ta! Nhâm nhi một hớp trà... rồi phì phà cọng khói!

Thương còn nhờ tiếng nói: sáng sáng chào hello, ít nghe chào buổi trưa... vì thưa và thưa thớt!

*

Quán cà phê bất chợt thấy bạn chợt đi ngang... nhích nhẹ cái chân bàn, đưa bàn tay ra níu...

Vắng bạn thì phải hiểu: Bạn mình đâu có còn... Hồ Thành Đức dễ thương, chuyện cười anh... mất thiệt! (*)

Năm mươi năm trôi miết / dòng sông... sông Quê Hương! Năm mươi năm sầu thương, mùa Hè mà đóng đá...

Tóc thề em buông thả / bờ vai hoa phượng rơi... Tóc thề em biết cười / tiếng cười xưa khúc khích...

(*) *Hồ Thành Đức, họa sĩ có nhiều kỷ niệm vui với anh em, vui nhất là anh có tài kể chuyện cười... vang dội! Anh mất ở tuổi 85. Anh bỏ bạn bè để đi theo chị Bé Ký má-sấp-nhỏ tạ thế trước anh một năm...*

Tóc Thề Thơm Gió Biển

Tôi không biết bây giờ / bãi biển Phan Thiết sao; nhưng tôi nhớ hồi nào... bãi biển Phan Thiết đẹp bởi em không mang dép, em đi hai chân trần, mỗi bước em, mùa Xuân gờn gợn như làn sóng...

Buổi chiều không gió lộng, tóc em vẫn bềnh bồng. Nắng hoàng hôn cửa sông (con sông Cà Ty đó), em trong manh áo gió, lồng lộng một hình dung. Em là đóa hoa hồng, tôi bỗng mà được nhỉ, hôn bao nhiêu cho phỉ... cho trọn lòng nhớ nhung...

Em đuổi những con còng / vòng quanh bàn chân ngọc. Em đã quên mái tóc / thổi ngược về phía tôi. Em em à em ơi... ngày đầu đời tôi biết / mình yêu người ta thiệt (hồi đó tuổi hai mươi).

... Rồi thì lặn mặt trời. Rồi em về, bỏ biển. Những con còng đau điếng cũng lội về biển sâu. Em biết tôi đứng đâu / cúi đầu thương nhớ lắm? Bãi biển Phan Thiết ấm... còn hương thừa tóc em...

Nhiều năm tôi lênh đênh / trên rừng và trên núi. Biển Phan Thiết vời vợi / thấy ngang đường chân mây. Nhiều năm tôi ở đây, nghẹn ngào đời viễn xứ, biển Phan Thiết... ai đó, có còn đi đuổi còng? Tôi hỏi và tôi không / nghe một lời vọng lại. Tôi biết đời tang hải. Tôi hiểu chữ đổi đời. Nhưng tôi nhớ một người / tóc thề thơm gió biển!

Như... con còng đau điếng, tôi làm bài thơ này... Đó, là chiều hôm nay / lòng tôi đây yêu quý. Tôi nhớ về tới Huế, ôi ai đó tóc thề...

Tóc Thề Trong Sương Chiều

Chiều trời không nắng, âm u
Con sông không nắng hai đầu cứ xa!

Mình thì...nắng nhớ người ta
Mà mưa...không chắc ai qua ngõ này
Cứ ngồi nhìn những đám mây
Nghe con chim lạ lạc bầy mới kêu
Nghe tim mình bật tiếng yêu
Ai không biết nữa một chiều cố hương...

Chiều trời thấy rất dễ thương
Nhớ con dốc quá, dốc sương mờ mờ...
Em cầm chiếc nón bài thơ
Mặc cho tóc chảy tràn bờ tương tư!

Tôi Đang Nhìn Khoảng Trống

Tôi nhớ em nhiều quá – ba bốn ngày tôi xa... Mỗi từng giờ trôi qua, tôi nhìn phone. Im lặng. Em không để lời nhắn nào cho tôi, tại sao? Mỗi từng giờ qua mau, ba bốn ngày tôi hết, tôi về internet, không thấy e mail em... Hay là tôi đi thêm, và tôi nghĩ em bệnh (mấy ngày mưa gió lạnh, em cảm đã nói rồi...).

Đây với đó, hai trời. Trời mênh mông nỗi nhớ. Em bệnh em có đỡ? Và đã bình phục chưa? Tôi hỏi em trong mơ, thường bao giờ cũng thế. Nhớ mắt em mờ lệ mỗi lần tôi ghé hôn. Nhớ tiếng chuông chiều buông, tóc thề em mươn mướt. Em ơi tôi ao ước gục xuống bờ vai em. Đó là non nước êm thuở thanh bình trong mộng...

Tôi đang nhìn khoảng trống. Một buổi chiều bao la. Con sông chiều trôi xa lòng tôi còn tiếng sóng. Quê Hương nghe lồng lộng gió lướt trên cánh đồng... Ở nhỉ em theo chồng, cánh đồng xanh con mắt... Tôi đi xa là mất, mắt em không nhìn theo...

Ở nhỉ tiếng chuông chiều tại sao buồn bã vậy?

Tôi Đi Vòng Trái Đất Vườn Cúc Em Sương Vương

Đà Lạt xuống Trại Mát / chỉ bảy cây số thôi...Nhiều người nói xa xôi, ít người đi xuống đó...

Tôi xuống hoài, tại nhớ... ai đâu có thèm lên, nói Đà Lạt chông chênh, em té không ai đỡ...

Ôi ai cái chữ nhớ... nhỏ, dài như lá ngo, bứt, ngửi thì thơm tho, đâm vào ngực... đau lắm!

Tại ai mắt thăm thẳm / cho người ta nhớ thương... Tôi xuống ngắm trời sương, ngắm cái vườn hoa cúc...

Nhiều khi nhớ mái tóc, nhớ con suối Thái Phiên, nhớ bờ liễu nghiêng nghiêng,... nhớ ai hiền như Phật!

Nhiều khi buồn chất ngất... sao người ta như hoa, bao nhiêu người đi qua / mù sương... còn buốt buốt?

May... không có ai "phượt"... để chụp hình với ai!

*

Bây giờ, tôi, đường dài / hình như đã tới cuối? Chưa chỗ nào đắm đuối / tại mình... vẫn ngày xưa?

Người ta ơi, giấc mơ...chi mà hồi mười bảy? Hai sừng trâu chưa gãy, em không lớn phải không?

Vườn em, cúc em trồng, hoa hồng hồng trên má... Giai nhân đều thế cả, em hơn... còn môi son!

Có hôm tôi mỏi mòn, nhắm hai mắt cũng nhớ... thấy người ta đi bộ trong khu vườn bao la.

Thấy người ta, thấy hoa – hoa cúc vàng trong nắng. Có cây thông đứng ngắm, phấn thông vàng tóc xanh!

Ôi chao là mong manh câu thơ tình hồi đó... Nhớ ca dao "cắn cỏ / kêu trời"... Kêu Trời, Trời không nghe...

Rồi biết bao mùa Hè, tôi nằm trong Cải Tạo... nhớ chiến trường vết máu, nhớ trường lớp học trò...

Em à, con đường Thơ: Đà Lạt về Trại Mát. Tôi đi vòng trái đất... vườn cúc em sương vương...

Tôi Là Hoa Rơi Đó Gửi Theo Người Hương Xưa

Ngày xưa người ta yêu / mất mười năm mới hiểu / tại sao có buổi chiều / gió đưa hương bay nhỉ...(*)

Bây giờ, hai Thế Kỷ / tôi có một tình yêu / có biết bao nhiêu chiều / nhìn trăng treo đầu núi...

Yêu là sao, đừng hỏi / vì không có trả lời / chỉ có gió qua thôi / và hoàng hôn... và tối!

Yêu có trăm ngàn lối / từ trái tim tỏa ra / lối nào đi cũng xa / không thấy người trong mộng!

Có con sông gợn sóng / một lần trong đời người / rồi như mây ngoài khơi / con sông trôi vô tận...

Mười năm tình lận đận / là chuyện của người xưa. Hai trăm năm tôi mơ... chắc rồi cũng lận đận?

Từ khi ai cắt ngắn / mái tóc thề dễ thương / tôi như hoa hướng dương / nở ra rồi quỵ xuống...

Cuộc chiến tranh tàn muộn / tôi về cũng tàn hơi / hỏi thăm ai, bao người / ai cũng cười héo hắt...

Cầu Trường Tiền xa lắc / ôi bờ bên kia sông! Sáu vài cộng nhớ nhung... dài thêm muôn ngàn nhịp!

Ngắn, theo ai không kịp. Dài, tuyệt vọng, đăm chiêu. Ngày xưa ai đó yêu / mười năm là mấy thuở?

Hoa hướng dương từ nở / cho tới lúc nó tàn / ai ơi có nhìn ngang / thấy hoa vàng trước ngõ?

Tôi là hoa rơi đó / gửi theo người hương xưa...

Tôi Nói Chi Hoài Nay Nắng Mai Mưa

Nắng rực rỡ mà sao trời lạnh thế?
Chắc nhiều ngày không thấy lạnh, nên chi?
Đứng chỗ nào cũng thấy bóng đen sì
Lạnh tím ngắt mười ngón tay dan díu...

Cô hàng xóm bước ra xe yểu điệu
Máy nổ êm, xe chạy vút, lạnh còn...
Còn cái lạnh cũng còn cả cái buồn
Nhớ mái tóc ngắn của nàng bay trong nắng.

Nắng lung lay như khối băng nhiều tảng
Tôi vung tay nhành cây cũng lung lay...
Ai ở miền Đông chắc lạnh cũng thế này?
Chắc tóc cũng vừa bay trong gió?

Ồ hay nhỉ khi khổng khi không nhớ
Mái tóc người con gái xứ Đồng Nai
Mái tóc nàng làm buốt lạnh lòng trai
Tôi ấp ủ lửa rừng nhiều năm trận mạc...

Sáng hôm nay, đứng cõi này, cõi khác
Ngó vu vơ cô hàng xóm ra xe...
Ngó bao la đâu có thấy ai về
Nhớ ai đó mái tóc thề hồi chưa cắt.

Nhớ đến đèo Ngoạn Mục, Belle Vue, chữ Pháp
Cảm ơn người dịch ra Việt rất hay...
Thoai thoải dưới chân đèo là tỉnh Đồng Nai
Đồng Nai Thượng, Đồng Nai Hạ xanh rì cây lá...

Những đám ruộng xanh rì ngọn mạ
Nhớ mái tóc nàng, cắt ngắn, gió bay bay...
Bây giờ nàng ở miền Đông, tôi ở miền Tây
Nếu nàng ở miền Nam thì tôi miền Bắc?

Tôi biết Thơ không hề ghi chuyện thật
Coi như nàng đi lấy chồng rồi, tôi nhớ lang
thang...
Tôi nhớ tới Việt Nam, tôi nhớ Dran
Tôi nhớ Cam Ly nắng vàng nước biếc...

Tôi viết miên man những bài thơ tội nghiệp
Tôi nói chi hoài nay nắng mai mưa?

Tôi Quên Mình Mấy Tuổi
Đây Không Là Liên Khương

Hôm qua, 1 tháng 5, không có Lễ Lao Động. Người ta vẫn kiếm sống, đi làm để kiếm ăn...

Tôi, dừng bước lang thang, kêu ly đen bèo bọt. Cô bán hàng vuốt tóc, rót cà phê nửa ly...

Ra hành lang, ngồi lỳ. Tôi, nửa giờ ngắm phố. Gần đó là cái chợ có người ra kẻ vào...

Tôi không có bạn nào / để nhâm nhi tâm sự. Mỗi giây một quá khứ. 30 tháng Bốn xa...

Nửa giờ... cũng trôi qua. Bọt bèo và khói thuốc. Tôi như nai-nẻo-thuộc, ra parking, vi vu...(*)

*

Ngày hôm qua âm u.
Hôm nay như mùa Thu / đang có rồi, lạnh lắm... Ai cũng mặc áo ấm, tôi cũng như... trần ai!

Không nghĩ tới ngày mai (vì ngày mai chưa tới). Tôi thản nhiên không đợi / bài thơ này thành... thơ!

Có thể trời sắp mưa. Người ta lại vuốt tóc? Hàng cây con phố dọc, tôi thở dài... Ngó ngang!

Thơ tôi... là khói nhang / ai thắp ngoài nghĩa địa. Ngày đầu tháng Năm né / gió mưa ngày hôm qua!

Tôi thở khói thuốc phà,
Tóc ai dài như suối.
Tôi quên mình mấy tuổi,
Đây, không là Liên Khương...

(*) *Thơ Huy Cận:*
"Nai cao gót lẫn trong mù / xuống rừng nẻo thuộc nhìn Thu mới về. Sắc trời trôi nhạt dưới khe..."

Trăm Năm Buồn Thật Một Dòng Nước Xuôi

Em ơi em ạ em à, anh đang nhớ cội đào Ba vun trồng. Bây giờ không biết còn không... chắc chi còn nhỉ giữa lòng biển dâu?

Đường Bà Trưng dốc lên cao, đi ngang anh ngó cây đào, tìm em. Với anh, Đà Lạt là Tiên, cõi Bồng Lai đó em duyên vô cùng!

Mỗi mùa Xuân, đào đơm bông, hồi em chưa bước theo chồng, thật vui... Bướm bay trắng một góc trời, hồn anh hóa bướm theo người áo bay...

Tại sao em nỡ bỏ đây? Tại sao em nỡ bỏ đây không về? Nhớ em, nhớ mái tóc thề, nhớ bờ vai lạnh gió kề mặt em...

Anh lên rừng đứng, buồn tênh, ngồi, mây bay tưởng con thuyền em trôi... Em xa rồi. Em xa rồi. Cây đào xưa chắc nhớ người... vẫn Xuân!

Gặp lại em, chắc anh mừng. Ôi người xưa lắm má hồng như hoa! Mạ nằm dưới mộ bên Ba, mỗi năm đào nở nhớ nhà, ra răng?

Anh làm gì? Một tàn quân! Anh làm gì... chỉ nói rằng thưa em, biết mình không có nhân duyên, thì thương thì nhớ để em yên lòng...

Thuyền em kìa, trôi ngang sông, trăm năm buồn thật, một dòng nước xuôi...

Trầm Bình Mưa

Bao nhiêu năm rồi bao nhiêu năm lòng ơi quên
đi nàng giai nhân trời kia tan hoang bao nhiêu
chiều ta mơ màng chi thời Xanh Xuân?

Đà Lạt rừng thông chưa ngừng reo ta biết lòng ta
chưa ngừng yêu em đi qua đời ta hồi xưa em ơi
bây giờ hoàng hôn mưa!

Mưa thầm thì mưa mưa thì thầm mưa vang vang
buồn mưa miên man em nâng mái tóc lên bờ gối em
mặt hiền mơ em của anh!

Thơ ta không ngừng như mưa đang bao nhiêu
năm rồi ta mơ màng ta khuyên lòng ta quên em
đi ta khuyên lòng ta thôi quên nàng!

Ôi lòng ta không nghe ta đâu ôi em từ Xuân bây
giờ Thu rồi bao giờ nữa trăm năm nữa trong
nhang trầm thơm câu Kinh cầu?

Ôi em em à ta yêu em mưa lang thang trời mưa
trong tim trái tim Đà Lạt còn nguyên vẹn duyên
nợ mơ hồ một mối duyên!

Trưa Trể Trưa Trật

Sáng hôm nay, anh thật tình quên mất
Chưa gửi em lời chào Sài Gòn
Sài Gòn chiều, Sài Gòn đang hoàng hôn
Cả Đất Nước mình đang vào bóng tối.

Sáng hôm nay thật tình anh có lỗi
Chưa hôn em nói nhỏ bên tai
"Anh chào em buổi sáng ở đây
Em đi ngủ, một ngày dứt bỏ!"

Sáng hôm nay thật tình anh lớ ngớ
Nhớ ai mà ra ngẩn vào ngơ
Em, tại sao em, cái bóng mờ mờ?
Anh muốn khóc vì nhiều năm xa Tổ Quốc?

Sáng hôm nay thật tình anh đã khóc
Khóc thương em... vẫn cô bé học trò
Một buổi trưa nào Đà Lạt sa mưa
Thầy ướt nhẹp và em không khô ráo!

Sáng hôm nay anh nhớ anh, cái áo
Chưa bao giờ anh đổi cho ai
Và em ơi, em mái tóc dài
Phủ lấp bờ vai che mưa cho áo...

Sáng hôm nay thật tình anh áo não
Nhớ mơ hồ, nghĩ ngợi mông lung
Quên nói với em những tiếng nói của lòng:
"Thương lắm nhé, Chào Em Buổi Tối!'

Sáng hôm nay thật tình anh có tội
Tội làm người, làm một công dân
Anh mang quốc tịch người nhưng người không cần,
Còn quốc gia mình cũng không cần anh nữa!

Sáng hôm nay trái tim anh vỡ
Anh mằn mò vá víu đời anh
Rồi quên em, quên thật vô tình
Khi nhớ lại... thì trưa trễ trưa trật!

Em ơi em, ngủ đi, nhắm mắt
Anh hôn em trên vầng trán bình minh...

Trường Xưa Lớp Cũ

Một người con gái đi ngang ngõ... Áo tím vờn hay cơn gió bay? Áo tím vờn hay trời rải nắng? Hay mình bất chợt nhớ thương ai?

Không lẽ mình đang còn trẻ lắm, đang còn như thuở mới hai mươi... trèo lên cây bưởi nhìn hoa bưởi, bước xuống ruộng cà hái đóa môi...

Tất cả chỉ là giây phút tưởng mây ngàn gió núi chở hương Thu, hoa cau thương nhớ vườn cau Ngoại tim tím hoàng hôn gió phớt lau...

Không có câu thơ nào nhớ Nước, mây trên trời tan tan bay bay... Mây bay có thể ra ngoài biển. Cuối phố đâu còn thấy nữa ai!

Hoàng hôn thật rồi. Nắng thật vàng. Có khi mình nhớ một cành lan? Có khi lòng chẳng gì cho nhớ... Áo tím ai thôi, chẳng phải nàng!

Ồ lạ có khi thơ bất chợt, chép thành bài thấy sao bâng khuâng. Bây giờ còn Ngoại thương không hết, nước mắt nằm đâu hỡi Cố Hương?

*

Năm mươi năm bay tà áo tím. Năm mươi năm bay mái tóc thề. Ước nhỉ nhớ thương mà hóa tượng, trường xưa lớp cũ gió lê thê...

Từ Bữa Đó Trời Mưa

Tháng Sáu vẫn còn, chưa hết tháng. Mưa còn cho tháng Sáu buồn tênh. Mưa hoài cho trắng con sông trắng, và trắng tóc người một chút thêm!

Tháng Sáu mưa đầy con ngõ trưa. Chân em vẫn đẹp tự bao giờ. Ngồi trong xe kín mưa không ướt, mở cửa chân người nở đóa hoa...

Tháng Sáu không ngờ tôi lãng mạn, yêu em như thể ở Sài Gòn, mưa trong con hẻm hôm nào đó, tôi ngẩn ngơ nhìn đôi gót son...

Tháng Sáu mình đang ở xứ người, cũng mừng phiêu giạt chỗ xa xôi, em, tôi, hai đứa hai hàng xóm mà dưới trời chung một khoảng trời...

Tháng Sáu có ngày cũng nắng xanh – xanh vì cây lá đẹp như tranh, xanh vì hoa bướm xinh như mộng, mà cũng xanh vì em tóc xanh!

Tháng Sáu, em còn con gái, đó, và tôi thì đã bạc đầu, đây! Ước chi đừng nắng đừng mưa nhỉ, đừng có tương tư dẫu một ngày...

Tháng Sáu, biết rồi, chưa hết tháng, tôi cành Thu níu em cành Xuân. Thương sao con ngõ triền miên nước, tôi một mình tôi trôi dửng dưng!

Tháng Sáu xé lòng khi xé lịch. Nhủ lòng đừng mở miệng ra thơ. Em từ bữa nói "Thơ anh dở". Từ đó mưa hoài, tháng Sáu mưa...

Từ Hoàng Hôn Tới Bình Minh

Mặt trời còn ở sau đồi, nửa chìm đã khuất, nửa ngồi buồn hiu. Thưa em, lúc đó là chiều, nắng dù còn ít, nhớ nhiều của anh! Nhớ nhiều, em, chiếc áo xanh, cái quần vải trắng... mà đành hoàng hôn! Bao nhiêu miếng ngói ngôi trường, nhánh khuynh diệp ngả trên tường gió lay. Nhớ nhiều, em, tóc em bay, hồi em mười bảy cái ngày em xa... Em xa, Trời ơi em xa... Xa nhau gió ít lạnh nhiều, lửa khuya tàn chậm, mưa chiều đổ nhanh (*). Thơ Trần Huyền Trân lạnh tanh, sóng reo cuối biển đầu ghềnh nhớ nhung...

Mặt trời lúc đó còn không? Thưa em, anh ở giữa rừng sắp đêm. Nhớ em ngàn vạn nhớ em, ước mơ thấy ánh trăng thềm chút thôi, mà xa, mà xa, xa xôi, em xa chắc chẳng nhớ người ngó theo? Có chăng thì lũng thì đèo, lạc trong gió tiếng đạn vèo Việt Nam! Anh ngồi rồi anh sẽ nằm, súng làm gối mộng, tay cầm cái duyên, cái thời anh rất thanh niên, em thanh bình giấc mộng hiền Mẹ ru... Bao nhiêu mùa Hạ, mùa Thu, bao đêm rồi ngọn đèn dầu hắt hiu?

Mặt trời, lúc đó, em yêu, trăng mai đã hiện chân đèo rồi kia. Nhiều đêm không cộng trừ chia, chỉ nhân thôi chuyện phân lìa đủ đau...Mơ màng thấy Ngoại vườn cau, thấy em Nam Phổ mắt chao chao hoài. Em mười bảy tuổi không vơi, đầy thêm có lẽ tại trời tròn vo? Tóc em ôi nước rẽ đò, anh hôn báng súng cứ ngờ hôn em. Lục bình trôi, trôi, trôi êm, sông chia từng đoạn, rừng thêm cánh rừng. Chim bay còn có lúc dừng, em theo chồng có mỏi chân bao giờ...Đọc giùm anh lại câu thơ: "Xa nhau gió ít lạnh nhiều, lửa khuya tàn chậm, mưa chiều đổ nhanh" (*). Nói đi em, em nhớ anh, cho anh yên dạ ngồi nhìn bao la...

(*) *Thơ Trần Huyền Trân*

Tứ Tuyệt

Đời có khi vui, có lúc buồn
Giống như mây vậy lúc thành sương
Thành mưa tưới xuống xanh đồng cỏ
Thành suối, thành sông, thành đại dương...

*

Đời có khi như nhánh cỏ sầu
Ra hoa rồi gió giạt về đâu
Nhớ ai mái tóc thề, xưa lắm
Rồi nhớ trăng... mà Vọng Nguyệt Lâu!

*

Rồi nhớ lại mình không trẻ nữa
Đền ai, đâu biết bắt đền ai!
Ly cà phê đá tan thành nắng
Một chút mặt trời cất cánh bay...

*

Em ơi, Tứ Tuyệt anh làm, đó
Không giống người xưa... là bởi vì
Anh được sinh ra làm kẻ muộn
Muộn màng đứng ngó bữa em đi...

*

Em đi xuống đò, em sang sông
Em đi sang sông anh đau lòng
Nén sóng bao nhiêu lần sóng vỗ
Nén buồn em ạ, nén như không...

Tưởng Bài Thơ Không Nặng Cầm Lên Nghe Đau Lòng

Tưởng hôm nay không nắng mà nắng đã lên rồi, ghét sao ông mặt trời đỏ như cái chảo lửa. Mùa Hạ, hoa mới nở, mới nở đó đã tàn. Tội nghiệp những nụ lan sắc vàng chưa kịp thắm đã mềm trong tay nắm tím thẫm buồn làm sao!

Tưởng hôm nay tôi chào em đi ngang qua ngõ. Trời không một chút gió nhớ quá tóc em bay, nhớ quá tà áo dài cô học trò e thẹn. Mình chưa một lần hẹn, em chỉ ngang bất ngờ...giống như những bài thơ không chờ vần kết thúc...

Tưởng ai cũng hạnh phúc, ai đời cũng thong dong, ai cũng như nước sông êm xuôi dòng êm ả...Tưởng cây hoài xanh lá, trọn năm một mùa Xuân, tóc ai đó thơm lừng từ ngày mình biết nhớ! Có gương nào không vỡ, vỡ rồi dễ chi lành, tại sao thuyền mong manh sang ngang và tới bến? Bên kia nơi em hẹn? Bên ni em không về? Gió bay bay bay tóc thề một hôm nào không nắng...

Tưởng bài thơ không nặng, cầm lên nghe đau lòng. Từ em sang bên sông mỗi ngày là Chúa Nhật. Chúa cũng đi đâu mất, nhà thờ còn tiếng chuông! Em biết không chữ Buồn anh xé ra mà được... rồi anh ném vào nước – nước mắt ngày mai mưa!

Ngày mai và ngày xưa không có cầu nào bắc... chỉ có bèo trôi giạt chở nắng đi lang thang, chở tôi trôi mơ màng, chở tiếng chuông nhà Nguyện. Áo dài em màu tím, áo dài em màu vàng, màu trăng tôi nhớ thương...

Tưởng Tóc Em Vừa Gió Thoáng Qua

Nhớ quá bến đò Bình Đức ơi!
Chiều mong, mong một chuyến đò xuôi
Đưa ai về chợ cho mình thấy
Dưới nón bài thơ, một nụ cười!

Nhớ quá, mỗi ngày ba sáu năm
Từ sau Cải Tạo đến vô cùng
Năm châu liệu có về chăng được
Đợi chuyến đò xưa gặp cố nhân?

Nhớ quá tiếng dừa xao xác gió
Tiếng tàu cau Ngoại gió đòng đưa
Trời chiều nắng tím môi ai đỏ
Gió thoảng qua hồn một tiếng thơ...

Nhớ quá em à anh nhớ quá
Khi không trời đất khiến mình xa
Tha hương nhiều lúc hiu hiu gió
Tưởng tóc em vừa gió thoáng qua...

Nhớ quá cây nhang chiều cúng Ngoại
Trầm hương ngào ngạt vẫn theo anh
Nhiều đêm thức giấc chiêm bao dậy
Chiếc áo bà ba em vẫn xanh...

Thời gian không bạc, lòng anh bạc
Hẹn một ngày vui chửa một ngày
Sông nước đò xuôi chiều lướt sóng
Bến đò Bình Đức khói lên cây...

Cây dừa của Ngoại, cây cau Ngoại
Cây bưởi Ba trồng, em ao sen...
Vọc nước rửa chân, em chắc lạnh?
Ước gì anh được bế em lên...

Ước Chi Có Một Ngày

Ước chi có một ngày, anh nhớ em, về lại
Đi lên con dốc Hai Bà Trưng
Dừng chân
Anh hái cho em một đóa hoa quỳ...

Một đóa thôi, rồi, anh đi
Đi cho hết con đường Hai Bà Trưng thẳng tắp
Đi tới Chùa Phật
Nhìn hai chữ Linh Quang...

Trong không khí thơm mùi nhang khói
Thấp thoáng trong vườn Chùa
mấy chú Tiểu tỉa hoa
Đà Lạt của chúng ta bình yên đến nỗi
Mây không bay xa khỏi Domaine de Marie

Hai bà Sơ đi lên bậc cấp Nhà Thờ
Cây Thánh Giá rọi cái bóng
như bài thơ ai cài trên đá...

Ước chi có một ngày, anh và tất cả
Những người đi xa trở về thăm Quê Hương
Có người ở Sài Gòn
Có người ra Huế
Có người xuống Cà Mau
Có người lên Bắc Cạn...
Ai cũng thấy lòng mình thật sáng
Một Mặt Trời chói rạng khắp nơi...

Ước chi có một ngày trong đời
Anh đưa em lên đồi Vạn Thành
Hái một đóa lan xanh
Để bên đóa hoa quỳ vàng rực
Anh hôn em mái tóc
Anh nói tóc em thơm mùi hoa rừng....

Đi khắp biển khắp sông
Nhớ ôi chao Đà Lạt
Thấy em đứng ở hàng hiên chờ anh hờn mát
Anh lại đi lần nữa... biệt Quê Hương!

Anh biết em ở lại em buồn
Em có biết không anh rất buồn thời anh xa Đà Lạt!

Vô Môn Quan

Người về, ta chẳng cho về.
Ta níu lấy áo ta đề câu thơ.
Câu thơ ba chữ rành rành:
Chữ Trung, chữ Hiếu, chữ Tình, là ba.
Chữ Trung thì để phần Cha
Chữ Hiếu phần Mẹ, đôi ta chữ Tình!

(Ca Dao)

Tôi vào một tiệm sách, gặp một cuốn sách hay: Tất cả chữ đã bay, chỉ còn toàn giấy trắng...

Tôi mân mê, không chán. Tôi hỏi cô thu ngân: "Cuốn sách này bán không?". Cô ấy cười, nói: "Yes!".

Cô thu ngân, người đẹp. Cuốn sách thì... Sách Hay. Tôi được ôm nó đi, đi tìm nơi-không-cửa!

Bên gốc thông, tôi tựa, lật từng trang từng trang. Giữa ngày nắng chang chang, dưới tán thông mát rượi...

Sách hình như đang nói những lời lẽ dễ thương. Ôi ngôn ngữ lạ thường, gió vỗ tay tán thưởng!

Tôi là người-sung-sướng, ngó lên mái ngói Chùa, mỗi tấm ngói: câu thơ, tôi chép vào tập sách...

Rồi tôi cầm giũ sạch: Chữ bay theo lá thông. Rồi tôi nhìn mênh mông: Thơ Tôi Kìa Mây Trắng...

*

Em ơi em đi vắng, bỏ xa anh một tuần, em có biết gì không? – Anh ôm tập giấy trắng!

Mây thành mưa mới nặng, chưa thành mưa cứ bay. Em đi đó, đi đây... Anh nhìn mây và nhớ!

Ôi áo dài em thuở anh đã viết chữ gì? Em xõa mái tóc thề, che mất câu anh viết...

Cuốn sách này ngộ thiệt... đâu có chữ chi mô? Những con chữ / con đò, trôi mô rồi hởi Huế?

Con sông Hương đầy lệ, từ hồi nớ, hồi nao...

Xa Xa Xa Xa Xa

Năm nay mùa Xuân đến muộn. Tám giờ hơn nắng chưa lên! Nhiều người chắc còn trùm mền. Nhiều người... đâu rồi? Đường vắng!

Hai hàng xe đậu chờ nắng. Mù sương mờ kín cửa gương. Những hạt sương như kim cương... lát nữa, chín giờ óng ánh?

Lát nữa! Đường hết hiu quạnh... nhưng đây, không có tiếng còi! Nhớ Sài Gòn mình, mình, ơi... mỗi ngày, sớm, chiều, inh ỏi!

Nhớ quê, nhiều khi tôi nói giống như Thầy Chùa tụng Kinh! May quá không ai giật mình... tung cái mền ra ngồi dậy!

Mà ai... cũng xa quá nhỉ! Mỗi ngày cầm một chữ hôn! Chữ Xa thành ra chữ Thương... biết đâu cũng là chữ Nhớ!

Nhớ, Thương, ngày xưa mắc cỡ... bây giờ tôi để vào Thơ...Bây giờ không phải ngày xưa hèn chi thơ tôi... thương thiệt!

Sài Gòn, Đà Lạt, Phan Thiết... đất trời còn mãi là mây! Thơ của Nguyên Sa thật hay: *"Anh sẽ cầm lấy đôi bàn tay! Tóc em anh sẽ gọi là mây. Ngày sau hai đứa mình xa cách, anh vẫn được nhìn mây trắng bay..."*.

*

Tưởng tượng em kẻ chân mày... Tưởng tượng chân mây xít lại. Muôn năm ôi người con gái... tóc choàng biết mấy mây sương!

Mùa Xuân ở đây trong vườn, bốn mùa hoa hồng đều nở, anh hái cho em nụ nhớ, cầm hôn, quên nhá chữ Xa...

Lời Bạt

Tóc Gió Bay – Niềm Lưu Luyến Và Tình Yêu Vĩnh Cửu

Trong một bài viết của mình, nhà văn Đào Thái Sơn có những câu thật tâm đắc:

"Tạo hoá là một nhà nghệ sĩ lớn, ngài đã tạo ra không biết bao nhiêu giai phẩm để làm tặng vật cho nhân loại. Nhưng có lẽ trong những tặng phẩm của ngài mà chốn nhân sinh thích nhất xưa nay vẫn là mái tóc của người con gái. Mái tóc u huyền như suối như mây ấy không biết đã bao lần làm cho những trái tim trai phải rụng xuống đường. Và cũng không ít lần mái tóc ấy đã làm cho cõi lòng nhân loại phải tiếc nuối, xót xa, nhớ nhung và đôi khi âm thầm nhỏ lệ cho một thời xa vắng!"

Có một nhà thơ cũng thường xuyên thổn thức rung động, nhớ thương về một làn tóc thơm hương thời xa vắng trong rất nhiều thi phẩm của mình. Đó là Trần Vấn Lệ.

Mái tóc – dòng suối tương tư

Trời ơi thơ chẳng thành câu, lời gieo tứ điệp, mở đầu chạm vai! Tại em! Ai biểu tóc dài? Tương tư thấy mãi nhiều bài thơ anh...

Nghe câu trách móc, tưởng vô cớ nhưng thật dễ thương. Ông nói *"thơ chẳng thành câu"* nhưng hàng trăm, hàng ngàn câu thơ của ông đều mang vẻ đẹp rất trữ tình. Hình ảnh mái tóc gắn liền với tình yêu, nỗi nhớ và những miền đất thân thương. Với người nhà thơ rời biển lên non ngày nào, có lẽ hình ảnh mái tóc dài mang bao thương nhớ tương tư vẫn là từ một cô nữ sinh mười bảy tuổi, nhà bên dốc Hai Bà Trưng, Đà Lạt có hai cây đào thuở nào:

Tóc em màu đen vướng qua môi đỏ. Em, cô bé nhỏ lòng xanh Xuân xưa...

Em tóc buông vai tóc hững hờ. Hồi em con gái tóc là thơ. Ngàn năm em vẫn là con gái, anh dẫn em về một bến mơ...

Trời ơi, câu thơ đẹp rất tinh tế, vừa nhẹ nhàng vừa sâu sắc, thể hiện sự hòa quyện giữa con người và thiên nhiên, giữa cảm xúc và thơ ca; khi ngay cả hơi thở cũng có thể hóa thành thơ, thành cảm xúc. Mái tóc không chỉ là một biểu tượng của vẻ đẹp mà còn gắn liền với thời gian, với tuổi thơ, với những kỷ niệm cũ.

Ôi em sợi tóc em hồi nhỏ, có một mùa Xuân hóa sợi mưa...

Mùa Xuân - biểu tượng của sự tươi mới, của tuổi trẻ - đã hóa thành sợi mưa, một hình ảnh đầy hoài niệm, vừa mong manh vừa thoáng buồn. Dòng chảy cảm xúc mềm mại, vừa hoài niệm, vừa đầy chất mộng mơ, mê hoặc và dịu dàng.

Khi mà nỗi nhớ da diết hơn, hòa quyện giữa con người, thiên nhiên và ký ức; Đà Lạt hiện lên không chỉ là một địa danh, mà còn là một biểu tượng của tình yêu, của kỷ niệm, của những điều đẹp đẽ đã trôi qua.

Chiều trời thấy rất dễ thương
Nhớ con dốc quá, dốc sương mờ mờ...
Em cầm chiếc nón bài thơ
Mặc cho tóc chảy tràn bờ tương tư!

Ta nhớ Đà Lạt, hoa; nhớ em, mái tóc, tóc thề em sương khói mù khơi... Hoa Đà Lạt, hoa sương khói vẽ vời. Ta còn sống! Trời ơi giữa cõi đời mộng ảo!

Đà Lạt vốn nổi tiếng với vẻ đẹp mộng mơ, huyền ảo, là nơi của hoa, sương khói, và những điều chất chứa hoài niệm. Tác giả nhắc đến "*hoa Đà Lạt, hoa sương khói vẽ vời*", như muốn khắc họa một không gian không thực sự rõ ràng, một vẻ đẹp mờ ảo, vừa gần vừa xa. Và mái tóc thề - một lời hứa – một tình yêu như chỉ còn là ký ức lửng lơ giữa dĩ vãng và hiện tại.

Mái tóc – một khoảng trời thơm hương

Vẫn là mái tóc Đà Lạt đi vào thơ Trần Vấn Lệ, giàu cảm xúc, đượm màu hoài niệm cùng cách sử dụng ngôn ngữ bay bổng, lãng mạn:

Thơ anh vàng óng ánh tóc em vàng như trăng... Một ý thơ bay ngang. Một tứ thơ nằm dọc. Suối róc rách con dốc chắc chảy về Bồng Lai? Anh hít thở bờ vai của em thơm mùi tóc...

Nắng không gió bay, tóc em thơm ngát, nhớ ơi Đà Lạt... ngày xưa em hiền.

Câu thơ của Trần Vấn Lệ mang một vẻ đẹp trữ tình sâu lắng, vừa nhẹ nhàng vừa bay bổng. Nó gợi lên hình ảnh một người nghệ sĩ đắm chìm trong tình yêu và cảm xúc, mỗi câu thơ như một làn hương dịu dàng lan tỏa. Đặc biệt, hình ảnh "mái tóc thề mây thoáng thoáng" và "mùa Xuân cao vút đỉnh Lâm Viên" tạo nên một không gian thơ mộng, nơi tình yêu và thiên nhiên hòa quyện.

Thơ Trần Vấn Lệ thường mang đậm chất hoài niệm, với những hình ảnh gắn liền với quê hương, tình yêu và ký ức. Ông không chỉ viết về những cảm xúc cá nhân mà còn gửi gắm vào đó những nỗi niềm về thời gian, không gian và con người.

Em thời thơ mộng trên Đà Lạt
Mái tóc thề như mây trên vai...
Thương em lắm tóc thề sương Lang Bian Đà Lạt...

Anh là văn sĩ bao giờ thế, mỗi một câu tình thơm ngát em... Hỡi mái tóc thề mây thoáng thoáng, mùa Xuân cao vút đỉnh Lâm Viên!

Câu thơ của Trần Vấn Lệ mang một phong vị riêng biệt, đặc trưng bởi sự dung hòa giữa tình cảm cá nhân và không gian thiên nhiên rộng lớn. Điểm khác biệt nằm ở cách ông sử dụng hình ảnh rất tinh tế để gợi lên cảm xúc nhẹ nhàng mà sâu lắng. So với nhiều nhà thơ khác, Trần Vấn Lệ có xu hướng dùng những hình ảnh thiên nhiên gần gũi, nhưng vẫn tạo được sự bay bổng và lãng mạn.

Câu thơ *"Hỡi mái tóc thề mây thoáng thoáng, mùa Xuân cao vút đỉnh Lâm Viên!"* vừa mang tính ẩn dụ, vừa có sức gợi hình mạnh mẽ. Thiên nhiên không chỉ là bối cảnh, mà còn là nhân vật sống động trong thơ ông.

Thơ ông mang một chất riêng, không lẫn vào đâu được; không quá kỳ ảo cũng không thuần chất quê hương, mà hòa trộn giữa lãng mạn và thực tế một cách tinh tế.

Nửa đêm nằm nghe tiếng gió, nhà thơ cũng rưng rưng:

Nhiều đêm nằm nghe gió, nhớ quá mái tóc thề, một lần gặp đã mê như từ trong tiền kiếp...

Vẫn là suối tóc thơm hương, vẫn là bờ vai muốn cắn. Thời gian là mưa là nắng, mất còn một thoáng mà thôi!

Bởi tóc em thơm lừng gió. Em ơi có biết gì không? Anh ôm trọn mặt trời hồng đặt lên má em và ngắm.

Nhẹ nhàng, thanh thoát, như một làn hương dịu dàng lan tỏa trong không gian và cũng thật rực rỡ, ấm áp. Như thể tình yêu có thể ôm trọn cả vũ trụ, biến những khoảnh khắc bình dị thành điều kỳ diệu.

Đôi khi, tóc em thơm mùi hoa rừng; mộc mạc mà đầy thương nhớ.

Ước chi có một ngày trong đời
Anh đưa em lên đồi Vạn Thành
Hái một đóa lan xanh
Để bên đóa hoa quỳ vàng rực
Anh hôn em mái tóc
Anh nói tóc em thơm mùi hoa rừng....

Thảng hoặc, ông nhớ đến người vừa ghé ngang đây, mái tóc thơm mùi gió biển.

Biển Phan Thiết vời vợi / thấy ngang đường chân mây. ... Nhưng tôi nhớ một người / tóc thề thơm gió biển!

...

Mái tóc – suối nguồn yêu thương

Cùng với Đà Lạt, có lẽ Huế là nơi lưu giữ nhiều nhất trong ký ức của ông về mái tóc:

Như... con còng đau điếng, tôi làm bài thơ này... Đó, là chiều hôm nay / lòng tôi đây yêu quý. Tôi nhớ về tới Huế, ôi ai đó tóc thề...

Những câu thơ từng đưa người đọc đi qua nhiều không gian khác nhau - từ Đà Lạt, Phan Thiết, đến Huế. Tuy nhiên, mỗi nơi đều chỉ gắn với hình bóng một người, một mái tóc, và nỗi nhớ dường như không nguôi. Thời gian cũng nhuốm màu hoài niệm, với những hình ảnh của ngày xưa, của những cuộc gặp gỡ đã trôi xa.

Em ạ,
Mùa Xuân bay lững lờ
Con thuyền của Huế
Chở đầy Thơ
Anh cài lên tóc em yêu quý
Mãi mãi,
Từ nay ánh Nguyệt Mơ!

Một lần duy nhất, tình cờ nhà thơ gặp lại người xưa – nàng thiếu nữ tuổi mười bảy của Đà Lạt ngày ấy tại xứ người.

Tình cờ mình gặp tha hương
Em ơi mái tóc em buồn hay mưa?

Người con gái gốc Huế có mái tóc *"đẹp nhất trên Đà Lạt"* ấy, sau bao nhiêu năm gặp lại vẫn khiến ông bâng khuâng hoài.

Lòng bỗng dưng bâng khuâng, cố nhân tình cố cựu... Tóc thề em ai níu hỡi chút mây chiều kia...

Cuộc gặp gỡ ngắn ngủi, người quay đi và nhà thơ thảng thốt: "*Tôi chỉ thấy sau lưng mái tóc của nàng/ Tóc của Huế ngàn ngàn năm trước!*".

Mái tóc thề tung bay trong khung trời hoài niệm. Hôm qua, hôm nay và mãi mãi. Tưởng nhiều mà chỉ một, duy nhất một người:

Người đó, huyền mơ đôi mắt nhung. Người đó, hồng ơi đôi má hồng, Tóc nàng, dài mượt màu đen Huế / không thước nào đo hết thủy chung!

Đọc thêm vài câu thơ, càng thấy rõ hơn một vẻ đẹp trữ tình sâu lắng, gợi cảm giác hoài niệm, sự vĩnh cửu của tình yêu:

Mái tóc ai vương chùm hoa bờ giậu. Tôi đưa tay bấu Không Gian Không Gian!

Mưa phùn bay, bay, bay, như khói. Tôi nhìn mưa, nhớ tóc em mưa sa... Cơn mưa này lát nữa sẽ qua, em ở lại trong lòng tôi muôn thuở...

Hình ảnh *"mưa phùn bay, bay, bay, như khói... nhớ tóc em mưa sa"* tạo nên một không gian mờ ảo, nhẹ nhàng, là biểu tượng của ký ức, của những cảm xúc lặng lẽ nhưng dai dẳng. Rồi bất chợt có sự khẳng định: *"Cơn mưa này lát nữa sẽ qua, em ở lại trong lòng tôi muôn thuở"*; thể hiện sự đối lập giữa sự tạm thời của thiên nhiên và sự vĩnh cửu của tình yêu. Cách thể hiện tình cảm rất tinh tế, vừa nhẹ nhàng vừa sâu sắc.

Mái tóc – biểu tượng của tình yêu, sự lưu luyến và cả nghệ thuật sáng tạo.

Tóc em là Niềm Lưu Luyến cho anh viết chữ rồng bay.

Tôi thích cụm từ Niềm Lưu Luyến được viết hoa. Thật đặc biệt. Hình ảnh *"chữ rồng bay"* gợi lên sự phóng khoáng, mạnh mẽ nhưng cũng đầy nghệ thuật. Mái tóc không chỉ là một nét đẹp ngoại hình mà còn là nguồn cảm hứng để nhân vật trữ tình sáng tạo, để viết nên những dòng thơ đầy cảm xúc.

Tóc em mà hóa trời mây, đi đâu anh nhìn cũng nhớ...

Mái tóc được ví như trời mây, một hình ảnh vừa nhẹ nhàng vừa rộng lớn, thể hiện sự bao phủ của nỗi nhớ. Dù đi đâu, nhân vật trữ tình vẫn luôn mang theo hình bóng của người thương, như thể mái tóc ấy đã hòa vào không gian, trở thành một phần của vũ trụ cảm xúc.

Ngồi xuống nhìn anh dạo bút hoa:
Happy em! Tóc cứ chan hòa...
Anh pha từng nhúm hương vào mực,
thành dáng em ngàn muôn thướt tha!

Nghệ thuật và tình yêu hòa làm một. Hình ảnh pha hương vào mực là một cách diễn đạt rất tinh tế, thể hiện sự nâng niu, trân trọng. Người viết không chỉ ghi lại hình bóng của người thương bằng chữ, mà còn muốn thổi vào đó cả hương thơm, cả sự mềm mại của mái tóc - sự hóa thân của tình yêu vào nghệ thuật, một sự hòa quyện giữa con người và thiên nhiên.

Em đã về!
Em đã về!
Gió tung đến rối tóc thề em thôi
Cũng vừa lúc đó hoa môi
Nở ra một nụ
Và trời sa mưa...

"Em đã về! Em đã về!". Điệp ngữ này nhấn mạnh niềm vui sướng, sự mong chờ đã được đền đáp. Hình ảnh *"gió tung đến rối tóc thề em thôi"* gợi lên vẻ đẹp tự nhiên, duyên dáng của người con gái, đồng thời cũng thể hiện sự tinh nghịch, đáng yêu. Khoảnh khắc *"hoa môi nở ra một nụ"* và *"trời sa mưa"* là một sự giao hòa tuyệt vời giữa con người và thiên nhiên, tạo nên một không gian lãng mạn, ngọt ngào.

Em về...
Cả bốn đại dương
Tự nhiên khép lại chỉ còn mây bay
Hôn em từng mỗi ngón tay
Hôn em từng sợi tóc dài nhớ nhung
Ngựa trên non tía hay hồng
Chỉ nghe tiếng hí cho lòng tím xưa...

Một sự phóng đại đầy thi vị. Sự trở về của người yêu (dù trong tưởng tượng) có sức mạnh lớn lao, có thể thu hẹp khoảng cách không gian, xóa nhòa mọi ranh giới, chỉ còn lại tình yêu, sự bình yên và đợi chờ mãi mãi bởi Mái tóc – Mái nhà:

Em đợi chờ anh thôi! Bởi vì tóc là mái... Em cũng thời con gái, mái nhà anh núp mưa!

Anh ơi em rất buồn, tóc dài theo ngày tháng. Em không người lãng mạn... nhưng gió cứ hay đùa.

Tóc em vào bến bờ... rồi tóc em lãng đãng... khói lam chiều loáng thoáng... anh nhớ về nha, anh!

Thời con gái em mười bảy, mái tóc – mái nhà anh "núp mưa" ngày ấy vô cùng tuyệt vời. Những câu thơ này mang một sự dịu dàng và sâu sắc, vừa gợi lên hình ảnh giản dị, vừa chất chứa cảm xúc lặng thầm.

"Em đợi chờ anh thôi! Bởi vì tóc là mái...", lời thơ như một sự khẳng định về tình yêu và sự chờ đợi. "Tóc là mái" có thể hiểu theo hai tầng nghĩa: mái tóc mềm mại che chở, dịu dàng như một phần của người con gái, đồng thời cũng ẩn dụ cho sự bảo bọc, như một mái nhà yêu thương. Mái tóc của người con gái không chỉ là nét đẹp thanh xuân, mà còn như một mái nhà, nơi người thương có thể tìm thấy sự bình yên giữa những cơn mưa cuộc đời. Ý thơ giản dị nhưng lại rất sâu sắc, mang theo sự dịu dàng và hơi ấm tình yêu.

Tóc thề em buông thả / bờ vai hoa phượng rơi... Tóc thề em biết cười / tiếng cười xưa khúc khích...

Dịu dàng và hoài niệm, gợi lên hình ảnh một người con gái với mái tóc thề buông thả, hòa quyện cùng sắc đỏ của hoa phượng rơi. Hình ảnh *"bờ vai hoa phượng rơi"* không chỉ tạo nên một bức tranh thơ mộng mà còn gợi lên sự lãng mạn, gắn liền với những ký ức tuổi trẻ.

Đặc biệt, câu *"Tóc thề em biết cười / tiếng cười xưa khúc khích..."*, cách so sánh ẩn dụ chuyển đổi cảm giác thật dễ thương; mang đến cảm giác thân thuộc, như một hồi ức đẹp đẽ về những ngày tháng vô tư, hồn nhiên. Tiếng cười ấy không chỉ là âm thanh, mà còn là biểu tượng của niềm vui, của những kỷ niệm không thể phai mờ.

***

Miên man với muôn ngàn câu thơ da diết như vậy, tôi đến trọn vẹn với **Tóc Gió Bay** – một bài thơ hay của ông và cũng là chủ đề của cả tập thơ mới này.

Khổ thơ đầu tiên mở ra với tiếng kêu *"Ôi tóc gió bay"* thốt lên đầy cảm xúc, lập tức đưa người đọc vào không gian của sự hoài niệm.

Ôi tóc gió bay
Tôi nói với ai, không biết nữa, câu này

Khi nhìn trong nắng, nhìn trong gió
Em! Tóc em bỗng trong gió bay...

Mái tóc trong bài thơ không chỉ là biểu tượng của vẻ đẹp người con gái mà còn là nơi hội tụ mọi cung bậc cảm xúc. Tác giả đã để mái tóc trở thành một nhân chứng của tình yêu, của những ngày xuân trong trẻo. *"Em! Tóc em bỗng trong gió bay..."* gợi lên sự nhẹ nhàng, tự do, nhưng cũng phảng phất một nỗi buồn.

"Lòng anh nguyên vẹn em mười sáu / Cuốn vở còn thơm một chữ Tình!"

Ký ức về tình yêu đầu trong sáng và đầy thơ mộng. Hình ảnh *"cô học trò đi đã thương"*, *"dáng em nũng nịu đóa hoa hường"* gợi lên vẻ đẹp ngây thơ, duyên dáng của người con gái. Chi tiết *"Cuốn vở còn thơm một chữ Tình!"* là một biểu tượng của sự trinh nguyên, vẹn nguyên của tình yêu thuở ban đầu.

Đó còn là sự tiếc nuối và hoài niệm một tình yêu đã đi qua nhưng dư âm còn mãi. Mái tóc ở đây trở thành dấu chỉ của những kỷ niệm, những điều đẹp đẽ nhưng đã xa khuất.

Bài thơ trải dài qua nhiều khoảng thời gian, từ tuổi mười sáu đầy thơ ngây đến hiện tại với sự chia xa. Không gian cũng thay đổi, từ những mùa xuân, con đường xưa, đến hình ảnh con sông buồn hiu bến đò ngang.

Bài thơ vừa mang sự mềm mại của tình yêu, vừa chứa đựng nỗi buồn của sự chia xa, tất cả đều xoay quanh hình ảnh mái tóc, như một sợi dây liên kết giữa quá khứ và hiện tại.

Từ khổ thứ hai trở đi, mái tóc của người em liên tục xuất hiện như một ám ảnh, một biểu tượng cho sự hiện diện và cũng là sự mất mát. Mái tóc *"vàng chi một nửa / Nửa kia xanh biếc nhớ nhung hoài"* là một hình ảnh độc đáo, gợi cảm giác về sự chia lìa, dang dở, và nỗi nhớ nhung sâu sắc.

"Từ khi em qua bờ bên kia / Con đa đa anh mong không bay về..."

Mạch cảm xúc dần chuyển sang nỗi buồn, sự tiếc nuối khi tình yêu không còn.

Hình ảnh "con đường mùa Xuân nào", "cây đào" gợi liên tưởng đến những cuộc hẹn hò, những kỷ niệm đẹp đẽ đã qua. Tuy nhiên, sự trở lại của "anh" chỉ còn là sự đối diện với nỗi trống vắng, mất mát: *"Nhân diện đào hoa mây nao nao"*.

Con đa đa con đa đa
Tóc em gió lộng mưa ôi là
Bao nhiêu giọt nước bay vào mắt
Từ đó ngàn năm anh xót xa...

Tiếng gọi *"Con đa đa con đa đa"* lặp lại như một sự than khóc, một sự níu kéo vô vọng. Nỗi xót xa đã đẩy lên đến đỉnh điểm.

"Anh gọi tên em anh gọi khẽ / Mà vang vang vang trời mênh mông" nghe sao thiết tha, lãng mạn nhưng đầy cô đơn. Hình ảnh *"Bay mất đâu rồi tóc với trăng?"* - một câu hỏi không có lời đáp, thể hiện sự mất mát và đau đáu khôn nguôi.

Tóc Gió Bay, một bài thơ mang đậm nét trữ tình, hoài niệm và thể hiện một tình yêu đẹp nhưng chất chứa nhiều cảm xúc day dứt.

Tóc Gió Bay, có thể đại diện cho cả tập thơ. Hình ảnh tóc xuất hiện xuyên suốt tập thơ như một biểu tượng của thanh xuân, của những kỷ niệm trong trẻo và cả sự xa cách đầy nuối tiếc. Từng sợi tóc là sợi chỉ mảnh mai mà bền bỉ xâu chuỗi quá khứ, hiện tại và tương lai.

Khói lam chiều quyện mái nhà
Sợi tóc mỏng mảnh bỗng là trăm năm!

Để rồi:

Khi anh nhắm mắt lìa đời
Cái anh nhớ nhất: tóc người anh yêu

Ngắn gọn nhưng đầy sức nặng; không có những lời hoa mỹ, chỉ có một sự chân thành, giản dị nhưng lại khiến người đọc cảm thấy day dứt. Không chỉ nói về mái tóc, mà tôi nhận ra đây còn là một tuyên ngôn về tình yêu, về sự lưu luyến ngay cả khi đối diện với cái chết. Nó thể hiện một tình yêu sâu sắc, vĩnh cửu, khiến người đọc không khỏi xúc động.

Tóc Gió Bay, tập thơ mới của nhà thơ Trần Vấn Lệ có sự kết hợp nhuần nhuyễn giữa hình ảnh mái tóc và cảm xúc trong tất cả những bài thơ. Sự kết hợp vừa thanh thoát, vừa da diết đã tạo nên một vẻ đẹp riêng, rất tình, rất thơ và xứng đáng được bạn yêu thơ đón nhận.

Dalat, đầu tháng 6/2025
Nguyễn Thiên Nga

Ký họa: Lê Nguyễn Minh Quân

Mục Lục

Liên lạc Tác giả
Trần Vấn Lệ
letran4820@hotmail.com

Liên lạc Nhà xuất bản
Nhân Ảnh
han.le3359@gmail.com
(408) 722-5626

www.ingramcontent.com/pod-product-compliance
Lightning Source LLC
LaVergne TN
LVHW050648051026
849532LV00002B/566
9798349414800